मेहता
पब्लिशिंग हाऊस

व्यंकटेश माडगूळकर

AA000977

छोटा जवान

CHHOTA JAVAN by VYANKATESH MADGULKAR

छोटा जवान / कादंबरी

व्यंकटेश माडगूळकर

© ज्ञानदा नाईक

मराठी पुस्तक प्रकाशनाचे हक्क मेहता पब्लिशिंग हाऊस, पुणे.

प्रकाशक

सुनील अनिल मेहता, मेहता पब्लिशिंग हाऊस,
१९४१, सदाशिव पेठ, माडीवाले कॉलनी, पुणे – ३०.
℗०२०-२४४७६९२४

Email : info@mehtapublishinghouse.com
Website : www.mehtapublishinghouse.com

अक्षरजुळणी

इफेक्ट्स, २१/६ब, आयडिअल कॉलनी,
कोथरूड, पुणे - ३८.

मुखपृष्ठ व मांडणी

चंद्रमोहन कुलकर्णी
मुखपृष्ठावरील लेखकाचे छायाचित्र
शेखर गोडबोले

प्रकाशनकाल

पहिली आवृत्ती : १९६४,
मेहता पब्लिशिंग हाऊस यांची दुसरी आवृत्ती : मे, २०१२
पुनर्मुद्रण : नोव्हेंबर, २०१३

ISBN   978-81-8498-354-8

१

सकाळची रपेट मारून येऊन तुळोजीराव न्याहारी करायला बसले होते. टेबलावर ग्लास भरून दूध होते. समोरच्या बशीत दोन उकडलेली अंडी व मीठ होते. ताजी केळी होती. आपल्या कणखर बोटांनी अंडे उचलून तुळोजीरावांनी ते नीट न्याहाळून पाहिले.

टेबलापासून दूरवर उभा राहिलेला अप्पा क्षणभर घाबरला. आपटबार वाजावा असा आता काही आवाज येणार असा चेहरा करून त्याने कोपरीच्या खिशातले हात बाहेर काढले आणि छातीशी घेऊन बोटे एकमेकांत गुंतविली. पण काही आवाज झाला नाही. तुळोजीरावांनी अंडे खायला सुरुवात केली. ते नेहमी सावकाश खात. खाताना कधी बोलत नसत. त्यांच्यासमोरच शिवाजी बसला होता. आजोबांच्या तोंडाकडे तो पाहत होता.

तुळोजीरावांचा चेहरा चांगला मोठा होता, पण थुलथुलीत नव्हता. दगडातून घडून काढावा, तसा तो कठीण दिसत होता. कातडी घट्ट ताणलेली होती. भरघोस भिवयांखालचे त्यांचे डोळे मोठे भेदक होते. नाक दरदरीत होते. ओठाकडे आकडे वर वळलेल्या भरघोस मिशा होत्या. जिवणी बेताची होती. हनुवटी थोडी पुढे आलेली होती.

शिवाजीला नेहमीच आपल्या आजोबांचा अभिमान वाटे. आज तो विशेष वाटला. कारण नुकतेच दोघेही वाड्याच्या आवारात हिंडून आले होते. हिंडता-हिंडता सुभेदार तुळोजीरावांनी आपल्या नातवाला काही रसभरीत हकीकती सांगितल्या होत्या. शिवाजीच्या ते सारे डोक्यात गेले होते. तो अद्याप त्याच नादात होता. डोळे किलकिले करून आजोबांकडे बघत होता. समोर ठेवलेल्या दुधाच्या ग्लासाकडे त्याने दुर्लक्ष केले होते. हाताचा मुटका गालावर ठेवून तो तुळोजीरावांच्या तोंडाकडे पाहत होता.

तुळोजीरावांचे एक अंडे खाऊन झाले, आणि दुसरे उचलून ते तपासू लागले तेव्हा शिवाजीने एकदम विचारले, "नाना, तुम्हाला कधी भीती वाटली?"

अंड्यावरचे डोळे शिवाजीकडे वळवून तुळोजीरावांनी विचारले, "कुणाची?"

"शत्रूची? सूंऽ सूंऽ करीत गोळ्या अंगावर आल्या तेव्हा भीती नाही वाटली?"

"भीतिबिती सगळं विसरून जातो आपण तिथे. बेहोश होतो. बारा रेड्यांचं बळ येतं अंगात – चेव येतो."

"–आणि एकदम गोळी घुसली समजा अंगात, मग ओरडायला नाही होत?"

"छाट! नामर्द असतात ते ओरडतात, घाबरतात, रडतात. आपण मर्द आहोत. घाव सोसायची आपली ताकद पाहिजे. पर्वा नाही गोळी घुसली तर, पण पाठ नाही दाखवायची."

तुळोजीरावांचा आवाज चांगल्या बंद्या रुपयासारखा खणखणीत होता, आणि ते फार आवेशाने बोलत होते. शौर्य, पराक्रम यांवर बोलायला लागले म्हणजे, ते नेहमीच मोठ्या आवेशाने बोलत आणि दोन्ही ओठ घट्ट मिटून डोळे बारीक करून शिवाजी त्यांचे बोलणे ऐके.

"तुम्ही कधी नाही ओरडला गोळी लागली तरी?"

"छाट, आपण काय शेळीला प्यालोय काय?"

तुळोजीरावांना पुढे बोलायचे असावे, पण त्यांनी हाताने खूण करून शिवाजीला दूध प्यायला लावले. आपण दुसरे अंडे खाऊन घेतले. चवीचवीने दूध संपविले. पालथ्या मुठीने मिशा साफ केल्या. अप्पाला रिकामी बशी, ग्लासे नेऊ दिली. मग ऐसपैस बसून त्यांनी विचारले, "हां बोल, काय म्हणत होतास तू?"

"तुम्हाला गोळी लागली तेव्हा तुम्ही मुळीच नाही ओरडला?"

"नाही."

"कसं ते?"

"तुला तुझ्या मास्तरनं रागावून छडी मारली, तर ओरडतोस का तू?"

"नाही, पण गोळी म्हणजे फारच लागणार की –!"

"हे बग, फार वर्षांपूर्वीची गोष्ट आहे. तेव्हा मी तुझ्या बापापेक्षासुद्धा जवान

तरणा होतो. मॅसापोटेमियात लढाई चालली होती आणि तोफेचा गोळा शेजारी फुटला माझ्या. एक कपची घुसली मांडीत. रक्तानं तुमान लालेलाल, चिकट झाली. गार लागलं तेव्हा भानावर आलो. म्हणालो, पाय हालतोय का? उभं राहायला येईना. मग तसाच खुरडत-खुरडत गेलो माग-मागं. दुसऱ्या शिपायांनी बघितलं, उचलून नेलं तंबूत.

तिथं गोरा साहेब होता डॉक्टर. मला म्हणाला, "काय पटेल?"

मी म्हणालो, "चांगला सावध आहे, साहेब मी."

तसा म्हणाला, "कपची काढून जखम शिवली पाहिजे."

मी म्हणालो, "बरं."

भूल द्यायला लागला.

मी विचारलं, "हे काय देताय?" तर "भूल." मी म्हणालो, "साहेब, गोळी सोसली तेव्हा कुठे भूल घेतली होती? काय नको भूलबिल. चालवा चाकू."

आता कळ सोसायची कशी? एक रायफलची शिशाची गोळी घेतली आणि धरली दाढेखाली. दोन्ही मुठी घट्ट आवळल्या आणि म्हटलं, "हं."

डॉक्टरनं चाकू चालवला. पोलादी कपची काढली मांडीतनं बाहेर. आपण पायातला काटा सुईनं काढतो ना, तशी. हुस्सऽ काही केलं नाही मी. डॉक्टर चकित झाला. म्हणाला, "शाब्बास, खरा मराठा आहेस, बहाद्दरा."

शिवाजी ऐकत होता. श्वास रोखून, डोळे मोठे करून ऐकत होता. पलीकडे अप्पा उभा होता, तो ऐकत होता. त्यानं तर अनेकदा ही हकीकत ऐकली होती आणि तरीही त्याला ती पुन्हा-पुन्हा ऐकावीशी वाटत होती. घरकाम करण्यावाचून दुसरं काही माहीत नसलेला, वयानं वाढलेला, पण बुद्धीनं लहान मुलासारखाच राहिलेला अप्पा, मालकांची ही हकीकत ऐकताना थरथरून जाई. आपणही असा काही पराक्रम करावा, असे त्याचे मन उसळी घेई.

तुळोजीराव सांगत असताना मंजुळाबाईसुद्धा आत उभी राहून ऐकत होती. सासऱ्याने सांगितलेली ही कथा ऐकून तिचा ऊर धपापत होता. हकीकत सांगून झाली आणि तुळोजीराव अप्पाला म्हणाले, "अप्पा, ती गोळी आण रे. बघू, दे शिवाजीला."

अप्पा गेला आणि तुळोजीरावांच्या झोपायच्या भल्यामोठ्या खोलीतल्या फडताळात बंदोबस्ताने ठेवलेली ती गोळी घेऊन आला. ती जुनीपुराणी गोळी, तिचे पितळी टोपण काळवंडून गेले होते आणि पुढचा शिश्याचा भाग होता, तो दाढा रुतून दबला होता.

तळहातावर घेऊन शिवाजीने ती गोळी पाहिली. ती मुठीत गच्च दाबली आणि उत्तेजित आवाजात म्हटले, "नाना, मी शाळेत नेऊ का ही गोळी? मुलांना,

मास्तरना दाखवेन.''

नाकापुढे बोट धरून तुळोजीराव म्हणाले, ''हां-हां, नाही हं, अशी कुणालाही दाखविण्याची वस्तू नाही ही. तुझा बाप शाळेत होता तेव्हा हट्ट करून करून दमला; पण मी त्याला ती कधी नेऊ दिली नाही. त्याला सांगितलं की, बाजीराव तू मोठा हो, सैन्यात जा. काही बहादुरी कर. शौर्य गाजव, मग ही गोळी तुला बिल्ल्यासारखी बक्षीस देईन मी.''

तो म्हणाला, ''बराय नाना. बघू आता काय करतोय ते. अप्पा जा, ही ठेव जा जागच्या जागी.''

आजोबांकडे बघत शिवाजी म्हणाला, ''मी शौर्य गाजवीन नाना. तुमच्याकडून ही गोळी बक्षीस मिळवेन.''

तुळोजीराव आनंदाने हसत-हसत म्हणाले, ''होय, होय बेटा, तू आहेसच तसा. मोठा होऊन तू काही कारकुनी किंवा मास्तरकी करीत बसणारा नाहीस. तू पराक्रमी पुरुष होशील!''

मग मंजुळाबाईंनी आतून हळूच आठवण करून दिली. त्या म्हणाल्या, ''शिवाजी, अंघोळ करून, अभ्यास असला तर तो कर, आजचा –''

''हां-हां, हे-ते घ्या उरकून शिवाजीराव,'' आजोबा म्हणाले, ''आम्ही आता खळ्यातनं चक्कर मारून येतो.''

अप्पाने धांदलीनं घोडा तयार केला. डोईला मोठा फेटा, अंगात बाहेरच्या खिशांचा खाकी कोट आणि खाकी इराफी विजार घातलेले तुळोजीराव मोहिते घोड्यावर स्वार झाले आणि वाड्याबाहेर पडले. आता दुपारी बारा-एक वाजल्या-शिवाय काही ते माघारी आले नसते.

शिवाजी शाळेला गेला. तुळोजीराव जेवणखाण करून आपल्या खोलीत गेले. घोडा, दाणापाणी, काम-धाम यात अप्पा गुंतला; म्हणजे एवढा मोठा वाडा गप्प गप्प होई. मंजुळाबाईंना दुपार खायला येई. त्यांना गमेनासे होई. सैन्यात असलेले बाजीराव गेली दोन वर्षे गाझाला होते. अधूनमधून त्यांची पत्रे येत. मनिऑर्डर महिन्याच्या महिन्याला येई. पण दोन वर्षांत रजा काढून घरी येणे घडले नव्हते. मंजुळाबाईंना आपल्या नवऱ्याची काळजी वाटे. काही गोडधोड घरात केले म्हणजे सर्वांच्या शेवटी एकटे जेवताना तो गोड घास त्यांच्या तोंडात फिरे. चांगले कपडे घालावे, हसावे, बोलावे असे त्यांना वाटत नसे. बाजीरावांची आठवण एक मिनिटभर त्यांना विसरायला येत नव्हती. आणि तसा प्रयत्न तरी का करायचा? उणापुरा सहा फूट उंचीचा, गोरागोरा, देखणा बाजीराव सदैव मंजुळाबाईंच्या मनात असायचा. वरवर त्या कामे करायच्या, बोलायच्या, हसायच्या, इकडे-तिकडे

करायच्या, पण बाजीरावाच्या आठवणींचा एक प्रवाह सारखा झुळुझुळु वाहात असायचा. एखादे वाक्य आठवायचे, एखादी कृती आठवायची, हालचाल दिसायची आणि मंजुळाबाईंचे मन दुख-दुख दुखायचे. त्यांना फार एकटे-एकटे वाटायचे. मग जुनी पत्रे काढून त्या वाचीत बसायच्या. वाचता-वाचता ओठांवर हसू फुटायचे, कधी टचकन डोळे भरून यायचे.

अती झाले म्हणजे खोलीचे दार लावून घेऊन त्या गार जमिनीवर पडायच्या आणि लहान मुलासारख्या रडायच्या. बाजीरावाला उद्देशून काहीबाही बोलायच्या. म्हणायच्या, "मला नाही हो आता हे सहन होत. फार-फार आठवण येते तुमची. तुम्ही नाही त्यामुळे वाडा कसा सुनासुना वाटतो. एकदा या की आता. चांगले महिनाभर राहा. मी तुमचे खूप लाडलाड करेन. सगळे-सगळे मनातले सांगेन. तुमच्या कुशीत शिरून रडेन. या आता. नोकरी आहे जन्माचीच. पण घराकडेही थोडं लक्ष द्या. ऐकू येतंय का, माझं बोलणं तिकडे तुम्हाला? इतकी कळवळून, जीव तोडून मी हाका मारते आहे. तुम्हाला नक्कीच ऐकू येत असेल माझं म्हणणं – या आता!"

असे मंजुळाबाई बोलायच्या.

एखाद्या दिवशी त्या अगदी गप्प होऊन जात. उदास होऊन वावरत. मग सारे घरच गप्प होई. अप्पाला, शिवाजीला, तुळोजीरावांना सगळ्यांना आपोआप समजून येई की, आज मंजुळाबाईंना बाजीरावाची फार आठवण आली आहे. अप्पासकट सारेजण मंजुळाबाईंच्या पुढे-पुढे करायचे.

अप्पा म्हणायचा, "वहिनीसाहेब, जाधवरावांच्या आक्काताईकडे गेला नाही तुम्ही बऱ्याच दिवसांत. आज जा, चार-दोन तास गप्पा मारून या. मी घर संभाळतो. मालकांचे होय-नाही बघतो. शिवाजीरावास्नी पाहिजे ते खायला करून देतो. घरची काही काळजी करू नका."

तुळोजीराव अगदी प्रसन्न झाल्याचे नाटक करून म्हणायचे, "काय हो, आपण सगळे जण आज मळ्यात जाऊ या का? रताळाची हंडीबिंडी उकडू तिथं आंब्याखाली. शिवाजीला म्हणावं तुझी बंदूक घे. आंब्याला लिंबू टांगतं बांधून नेमबाजी करू. जायचं का?"

शिवाजीही आईच्या गळ्यात हात घालून म्हणे, "चल की गं आई, दुपारी जेवण करून पायी चालत रात्री चांदणं पडल्यावर माघारी येऊ."

कुणाचे मन मोडणे, हे मंजुळाबाईंच्या स्वभावात नव्हते. दुपारी आवराआवर करून आणि वाड्याला कुलूप लावून सगळी मंडळी शिवेशेजारच्या मळ्यात जात. मोठी विहीर होती. तिच्यात शिवाजी पोहायला पडे. मंजुळाबाई पिकातून हिंडत. आंब्याखाली जाजम घालून सर्व जण बसत. खाणे-पिणे होई. मंजुळाबाईंचे उदास मन थोडेफार हलके होई. मनावरचा जडशीळ थोडा बाजूला झाल्यासारखा वाटे.

कालांतराने सगळ्याच गोष्टी अंगवळणी पडतात. नवऱ्याच्या माघारी वर्षानुवर्षे राहणे, ही गोष्टही मंजुळाबाईंच्या अंगवळणी पडली होती हे खरे, तरी आठवण झाल्यावर त्या फार अस्वस्थ होत.

तुळोजीरावांनी सांगून-सांगून त्यांना काही गोष्टी करायला लावल्या होत्या. संध्याकाळच्या गावातल्या दहा बायका वाड्यात जमवून त्यांना लिहाय-वाचायला शिकविण्याचे काम मंजुळाबाईंनी सुरू केले होते. गावात महिला मंडळीही होते. त्याच्या अध्यक्ष म्हणूनही त्या काम करीत होत्या. शिवणे, टिपणे, मातीची चित्रे करणे, भरतकाम करणे, हळदीकुंकू, संक्रांत, नागपंचमी असले सण साजरे करणे, अशा गोष्टी महिला मंडळात चालत.

दक्षिण महाराष्ट्रात डोंगराच्या कुशीत वसलेले झुंजारपूर हे गाव लहानच होते. सारे दोन हजार वस्तीचे. पण त्याची ख्याती मोठी होती. या गावातील बरीच कुटुंबे मोहिते हे आडनाव लावणारी होती. दर-एक घराआड एखादा माणूस सैन्यात नोकरीस होता. पलटणीत जाणे, हा गावच्या तरुणांना पूर्वजांनी दिलेला वसा होता. लहान मुले शाळेत जात, थोडी वाढली की तालमीत जात आणि वयात आली की तालमीतून बाहेर पडून थेट सैन्यात शिरत.

बढतीच्या फिती घेऊन सरकारी पेन्शन घेऊन गावी परत आलेले सुभेदार, जमादार मग शेतीवाडी बघून राहत. आपल्या मर्दुमकीच्या कहाण्या पोरासोरांना ऐकवीत.

गावातील तरण्याताठ्या बायका, परदेशी असलेल्या पतीची आठवण मंगळसूत्रासारखी हृदयाशी रुळत ठेवत, रोज धन्याच्या टपालाची वाट बघत. धन्यांनी पाठविलेल्या मनिऑर्डरी पोस्टात जाऊन महिन्याच्या महिन्याला घेत आणि मुलाबाळांना वाढवीत.

मंजुळाबाई शिवाजीला वाढवीत होत्या, तुळोजीराव त्याला पुरुष करीत होते. तुळोजीरावांना पेन्शन घेऊन बरीच वर्षे लोटली होती. पहिल्या महायुद्धात त्यांनी सुभेदार म्हणून चाकरी बजावली होती. पराक्रमाची पदकं मिळविली होती. वयाने साठीच्या पुढे असलेला हा म्हातारा धारदार विळ्यासारखा लखलखीत होता. त्याचा लष्करी शिस्तीचा खाक्या वाड्यात सारखा दिसत राही. शिस्त, दरारा याबरोबरच या म्हाताऱ्यापाशी मोठे अंत:करणही होते. उमदेपणा होता. जगण्यातली त्याची आसक्ती अद्याप हिरवीगार होती. अनेकवार मृत्यूशी पाठशिवणी खेळल्यामुळे, जीवनाचे नाणे त्याने दोन्ही बाजूंनी पाहिले होते. म्हातारपणामुळे माणसे जशी उदास, एकलकोंडी होतात, तरुण लोकांशी त्यांचे पटत नाही, नव्या गोष्टी त्यांना रुचत नाहीत, तसे तुळोजीरावांचे झाले नव्हते. फळ पिकून गोड, सुवासिक व्हावे तसे त्यांचे झाले होते.

तुळोजीरावांचा मोठा मुलगा बाजीराव सैन्यात हवालदार होता. गेली दोन वर्षे

त्याची नेमणूक गाझाला झाली होती.

बाजीरावाला शिवाजी हा एकुलता एकच लेक होता. हा पोरगा बापासारखा तल्लख आणि आजोबांसारखा मोकळ्या मनाचा. बिलंदर, धीट, जिज्ञासू, त्याचे आणि आजोबांचे विशेष सूत होते. घरात दुसरे मूल नसल्यामुळे त्याने आजोबांना सवंगडी मानले होते. वाड्याच्या शिवारात हे दोघे जण खेळत. पुष्कळदा या खेळाचे विषय परेड करणे, शत्रूला अटक करणे असले असत. कारण आजोबांना, वेगळ्या खेळात रुची वाटत नव्हती. असली तरी या खेळाइतके त्यांचे मन दुसऱ्या खेळात रमत नव्हते आणि शिवाजीलासुद्धा आट्यापाट्या, हुतुतू यापेक्षा हा खेळ वेगळा आकर्षक वाटे. बरोबरीच्या सवंगड्यांपेक्षा हा सवंगडी जास्त आवडे. कारण तो वयाने मोठा असूनसुद्धा शिवाजीशी खेळताना लहान होत असे, मोठ्या माणसांनीच कराव्यात अशा गोष्टी सांगत असे. शिकवत असे.

अप्पा कदम या माणसाचे वाड्यातले नेमके स्थान कळणे फार अवघड होते. तो स्वयंपाक करायचा, घरकाम करायचा; पण राहायचा, वागायचा मात्र कुटुंबातल्या माणसासारखा. शिवाजीवर तो लहान भावासारखे प्रेम करायचा. तुळोजीरावांना फार भ्यायचा. मंजुळाबाईंकडे सगळ्यांच्या तक्रारी सांगायचा. वरचेवर रुसायचा आणि 'जातो काशीरामेश्वरला' असा धाक घालायचा. गावात मोठ्या रुबाबात वावरायचा. कोणी विचारले का अभिमानाने सांगायचा की, ''मी सुभेदार साहेबांचा अडर्ली आहे.''

■

२

आता दिवाळीचा सण जवळ येत होता. दिवाळीला सुट्टी लागणार होती. दिवाळी-सारखा सण बाजीराव नसल्यामुळे सुनासुना जाणार होता.

बाजीरावाने यावे असे सर्वांना फार वाटत होते. मंजुळाबाईंनी, शिवाजीने, तुळोजीरावांनी पत्रातून त्याला तसे कळविले होते. पण रजेचा प्रश्न होता. ती मिळाली तरच बाजीराव येणार होता.

मंजुळाबाईंची पापणी कधी लवे. कधी जेवता जेवता जीभ चावली जाई आणि त्यांना वाटे, धन्याने माझी आठवण केली. रजा मिळते आहे असे वाटते. खटपट करून मिळवतील देखील. त्यांनाही यावेसे वाटत असेल, की नाही वाटणार? कुठे परदेशी दूर आहेत, तिथे ना आपली मायेची माणसे, ना घरचं अन्न. काही दुखलं-खुपलं, जिवाला जडभारी वाटलं तर मायेचा हात नाही, शब्दसुद्धा नाहीत. मी जशी इकडे झुरझुर झुरते, प्रत्येक श्वास त्यांच्याबरोबर जगते, तसेच त्यांचेही तिकडे होत असेल. पुरुष माणूस असले म्हणून काय झाले? मनं ही इथून-तिथून सारखीच. कामाधामात त्यांचा दिवस जात असेल. पण रात्री अंथरुणावर पडल्यावर मात्र मन इकडेच धावत असेल. मी जशी रात्री त्यांच्याशी इथे बोलते, हाका मारते, तसेच तेही माझ्याशी बोलत असतील – 'मंजुळे, तू आनंदी सुखी आहेस ना? सगळे खुशाल

आहात ना? मला तुमची आठवण येते.' असे तेही म्हणत असतील. नक्की म्हणत असतील. दिवाळसण जवळ आला. त्या दिवसांत आले तर बरे होईल. माझा तर बाई, आनंदाने जीवच जाईल. मरून जाईन त्यांना बघताच.

जसजसे दिवस जाऊ लागले, दिवाळी जवळ येऊ लागली तसतशी मंजुळाबाईंची उत्कंठा वाढीला लागली; पण चिठ्ठीचपाटी आली नाही. 'येतो' असे पत्र आले नाही. स्टेशनावरून येणारी एस.टी. मोटार इतके लोक घेऊन येई, पण तिने बाजीरावाला आणले नाही. रोज गावात इतके टपाल येई, पण त्यातून बाजीरावाचे पत्र आले नाही. तेव्हा वाट पाहून-पाहून रोज निराशा सोसून सोसून मंजुळाबाई म्हणू लागल्या, ''आता नाहीच येणार. उगीच वेड्यापिशाला आशा वाटते इतकीच. नाहीच येणार हे धरूनच चालावे. नाहीतच येणार. खूप दूरवर आहेत. रजा मिळत नसेल. महत्त्वाची कामे असतील. आपण उगीच आशा करू नये. सारखे घोकत बसू नये. अशाने त्यांच्या जिवाला तिकडे दुःख होईल. कामाधामात लक्ष नाही लागायचे. बरे का, नाही येणे झाले तर राहू दे. पुढील वर्षी या.''

असे मनाशी म्हणता-म्हणता मंजुळाबाईंचे डोळे भरून येत. मग हातातील काम तसेच टाकून त्या कुठेतरी बाजूला जाऊन उभ्या राहत. मी अशी सारखी डोळे गाळते आहे, हे सासऱ्याने, मुलाने पाहता उपयोगी नाही. मी वीरपत्नी आहे. मनातले दुःख मनात जपले पाहिजे. ते उघडे केले, तर माझे सारे घर असुखी होईल. असे म्हणून त्या मन आवरीत. डोळे पुसून तोंडावरून पाण्याचा हात फिरवीत आणि कामाला लागत.

अप्पालाही फार आशा होती. लवकर-लवकर घरकाम उरकून तो संध्याकाळी येणाऱ्या एस.टी.कडे जाई. तेथे वाट पाहत राही. अनेक दिवस त्याने ही निराशा सोसली आणि मग एस.टी.कडे जाणे सोडून दिले.

मंजुळाबाईंनी कधी विचारले, ''का? आज नाही रे गेलास मोटारीकडे?''

तर अप्पा म्हणे, ''कशाला जायचं उगीच. आपलं कुणी येत नाही नि जात नाही.''

तुळोजीरावही वाट पाहत होते, पण त्यांचे हे वाट पाहणे वर कधी दिसत नव्हते. ते खोल-खोल होते. शिवाजीचा वेळ तर खेळण्याबागडण्यात जात होता. वाट पाहणे, सारखी आठवण काढणे, मनाला लावून घेणे, यासारखे त्याचे वयच नव्हते.

असा काळ चालला होता आणि एके दिवशी अगदी अचानक बाजीराव सुट्टीवर आला.

संध्याकाळची वेळ होती. तुळोजीराव, अप्पा, शिवाजी, मंजुळाबाई सगळे घरीच होते आणि वाड्याच्या अंगणातून खाड्ऽ खाड्ऽ बूट वाजवीत, उंचापुरा,

रुबाबदार बाजीराव आला.

तुळोजीराव बैठकीला बसले होते. समोर मुलगा उभा पाहताच ते क्षणभर थक्क झाले. त्यांचा आपल्या डोळ्यांवर विश्वासच बसेना. वडिलांना नमस्कार करण्यासाठी बाजीराव पायांतील बूट काढू लागला तेव्हा मात्र तुळोजीराव बसल्या जागचे आवेगाने उठले आणि पुढे होऊन त्यांनी मुलाला घट्ट कवटाळले. त्याचे दोन्ही दंड धरून पाहिले. पाठीवरून, गालावरून हात फिरविला आणि उंच आवाजात हाळी दिली, ''शिवाजी, अरे कोण आलंय बघा –''

शिवाजी धावत आला. बापाला बघताच थांबला आणि मग आवेगाने येऊन बापाच्या दोन्ही गुडघ्यांना त्याने मिठी मारली. त्याची पाठ थोपटून बाजीरावांनी गुडघे टेकले आणि शिवाजीचे मुके घेतले.

शराफी विजार आणि सदरा घातलेले तुळोजीराव लहान मुलाच्या उत्साहाने धावत आत गेले आणि त्यांनी मंजुळाबाईंना सांगितलं, ''अगं, बाजीराव आला–''

मंजुळाबाई बसल्या होत्या त्या तटकन उभ्या राहिल्या. डोईवरून पदर घेत म्हणाल्या, ''खरंच का?''

''वेडे, मी थट्टेने काही सांगेन तुला? आटप, तबक तयार कर, दारात ओवाळ. मग आत येऊ दे त्याला.''

मंजुळाबाई पार गोंधळून गेल्या. आधी धावत जाऊन त्यांनी माजघराच्या जाळीतून बाहेर पाहिले. अंगावर लष्करी पोशाख असलेला बाजीराव खुर्चीवर बसलेला होता आणि अप्पा त्याच्या पायांतले बूट काढीत होता. तुळोजीराव काही बोलत होते. शिवाजीच्या हातात बापाने आणलेले खेळणे होते. इतक्या लांबून पाहूनही मंजुळाबाईंना वाटले, आपल्या नवऱ्याचा तांबूस गोरा रंग काळपटला आहे. तब्येतीत फारसा फरक नव्हता. तेच रुंद खांदे, बसण्याची तीच खानदानी ढब, एक पाय पुढे, उजवी मूठ मांडीवर ठेवलेली असेच जाऊन अप्पाला दूर हो म्हणावे. ते राठ, मोठे बूट-मोजे आपण आपल्या हातांनी काढावेत आणि त्या पायांवर डोके ठेवावे, अशी मंजुळाबाईंना इच्छा झाली.

डोळ्यांतले पाणी पुसून त्या आत आल्या.

शिवाजीसाठी बाजीरावाने लहानसा रेडिओ आणला होता. अगदी तळहाताएवढा. पण त्याचा आवाज कितीतरी गोड होता. हे नवे खेळणे मिळाल्यामुळे शिवाजी मात्र गुंग होता. बापाला आणि आजोबांना काहीबाही विचारीत होता.

तुळोजीराव सारखे खोदून विचारीत होते, ''झालं का रे अप्पा? किती वेळ?''

अंगावरची साडी बदलून आणि हातात तबक घेऊन मंजुळाबाई बाहेर आल्या. दरवाज्याबाहेर राहून बाजीरावाने ओवाळून घेतले. दोघांनाही कसे गलबलून आले.

घरात येता-येता बाजीरावाने विचारले, ''बरे नाही का?''

"छे, चांगली आहे की तब्येत. असं का वाटलं?"

"मला वाटत होतं – एकदम चकित होशील, फूल उमलावे तशी उमलशील!"

घाबरून मंजुळाबाई म्हणाल्या, "नाही दिसलं काही तसं?"

"दिसलं गं. पण –"

"खरं सांगू का, तुम्ही फार वाट पाहायला लावलीत."

"माझा अजून विश्वासच बसत नाही की, तुम्ही आला आहात. राहणार आहात. इतकं मन सारखं मारलंय मी की, आनंदसुद्धा उतू जात नाही."

"वेडाबाई रे! चल माझे कपडे काढून घे, अप्पाकडून आणि काहीतरी खायला दे. भूक लागलीय."

आवंढा गिळीत मंजुळाबाई म्हणाल्या, "हो!"

तुळोजीरावांनी घरात फारच गडबड उडवून दिली. आपला मुलगा आला आहे ही वार्ता त्यांना सगळ्यांना कळायला हवी होती. अगदी वाड्याच्या भिंतींनासुद्धा. स्वयंपाकघरात येऊन त्यांनी हुकूम दिला, "हे बघा, रात्रीच्या जेवणात काहीतरी गोडधोड करा. पुरणाच्या पोळ्या, झणझणीत शाक करा. काय रे बाजीराव, चालेल का?"

"न चालायला काय झालं नाना?"

"चालेल रे, पण तुला आवडतं काय? मटणमुर्गी काय तिकडे रोजच मिळत असेल. आं?"

"होय की. पुरणपोळी फार दिवसांत खाल्ली नाही मी."

"आणि हे करा गं, भजी, वांग्याची भाजी, तळण तळा – उत्तम जेवण झालं पाहिजे. पण उशीर नका करू. लवकर आटपायचं. काय अप्पा?"

"जी."

बाजीराव आला आणि मोहित्यांचा वाडा आनंदाने हलूडोलू लागला. आता महिनाभर सुट्टी होती. तेवढ्यात काय-काय करायचे याविषयी बेत झाले. सत्यनारायण करायचा, तुळजापूरला जाऊन यायचे, जेजुरीला जाऊन यायचे असे बेत पक्के झाले. पण दिवाळी अगदी तोंडावर आली होती. काही पै-पाहुण्यांना निमंत्रणे पाठविणे आवश्यक होते. मग एके दिवशी तुळोजीरावांनी शिवाजीला धरून बसविला आणि सगळ्यांना पत्रे लिहिली. पहिले पत्र ग्वालेरास असलेल्या आक्काताईस गेले. आक्काताई ही एकच बहीण बाजीरावाला होती. दिवाळसणासाठी तिने यावे, अशी तुळोजीरावांची फार इच्छा होती. तुळोजीरावांनी मजकूर सांगितला. जिभेचा शेंडा बाहेर काढून शिवाजीने तो कागदावर उतरविला –

चि. सौ. आक्कताईस, झुंजारपूरहून तुळोजीराव सर्फोजीराव मोहिते यांचे अनेक आशीर्वाद. पत्रास कारण की, चि. बाजीराव हा फार दिवसांनी रजेवर आला आहे. मुक्काम अगदी थोडा आहे. तुम्हा उभयता भावंडांची भेट होऊन बरीच वर्षे झाली. मलाही तुला बघावे असे फार वाटते. तेव्हा पत्रदेखत तुम्ही उभयता आणि मुलेबाळे घेऊन यावे. रावसाहेबजी यांना आग्रहाने मी बोलावले आहे असे सांगणे.

बाकी विशेष भेटीअंती.

आपला

तुळोजीराव मोहिते

मंजुळाबाईंची आई कोल्हापुरास होती. जावई आले म्हणजे मला कळवा, उभाउभी येऊन पाहून जाईन असे त्यांनी कळविले होते. त्यामुळे त्यांनाही पत्र गेले.

गावातील लोकांची ये-जा सुरू झाली. बरेच लोक भेटून गेले. बाजीरावाने एकवार सगळीकडे फिरून शेतीवाडी पाहिली. घरात रोज काहीतरी गोडधोड होऊ लागले.

ज्यांना ज्यांना पत्रे गेली होती त्यांची उत्तरे आली. बाजीराव परत आल्याचा आनंद सर्वांना झाला होता. विशेषत: आक्काताईना. तिने छान-छान पत्र लिहिले होते. बंधुप्रेमाच्या ओव्या लिहिल्या होत्या. आपल्या राजसगुणी भावाला कधी एकवार पाहीन असे तिला झाले होते. कोल्हापुराहून मंजुळाबाईंची आईही येणार होती. कोणत्या वारी, कोणत्या तारखेला, कोणत्या गाडीने निघतो आहोत, हेसुद्धा त्यांनी कळविले होते.

एवढे पाहुणेरावळे जमणार म्हणून वाड्यात गडबड सुरू झाली. चार रंगारी लावून, तुळोजीरावांनी वाडा आतून रंगवून घेतला. नवारीचे पलंग ठाकठीक करून घेतले. गाद्या, उशा, पांघरुणे नीटनेटकी करून घेतली. वाड्यात काही कमी नव्हते. पण नित्य चार-दोन लोकांचाच वावर होता. त्यामुळे बरेच सामनसुमान वापरात नव्हते. अप्पा, तुळोजीराव, मंजुळाबाई जातीने खपत होती. ही सारी गडबड बघून बाजीराव हसून म्हणालासुद्धा, ''भलतीच टापटीप चाललीय बुवा. एवढा थाट माझ्या लग्नातसुद्धा नव्हता.''

अशी सारी तयारी झाली. झाडलोट, रंगरंगोटी झाली. फराळाची भाजणे भाजून झाली. काही पदार्थ तयारही झाले. आता पाहुणे येण्याचाच काय तो अवकाश होता.

आणि ध्यानीमनी नसताना अचानक सरकारी तार आली की, बाजीरावाने

ताबडतोब कामावर रुजू व्हावे. सगळ्या आनंदावर विरजण पडले. मंजुळाबाईंचे तोंड वाळून चिमणीसारखे झाले. तुळोजीरावांनी मोठ्या कष्टाने मनातील निराशा चेहऱ्यावर दाखविली नाही. धीरगंभीरपणे बाजीराव निघण्याच्या तयारीला लागला. दुसऱ्या दिवशीच्या पहिल्या एस.टी.ने पाहुणे येणार होते, आणि लगेच दोन तासांनी दुसऱ्या एस.टी.ने बाजीराव जाणार होता. सगळे बेत जिथल्या तिथे राहिले. बाजीरावाच्या सामानाची बांधाबांध झाली. सर्वांचे चेहरे उतरून गेले.

रेडिओवरून बातमी आली की, भारताच्या उत्तर सीमेवर चीनने हल्ला केला आहे.

दुसऱ्या दिवशी गणवेश चढवून बाजीराव तयार होता. त्याचे सामानसुमान वाड्याच्या मोठ्या दालनात बांधून तयार होते आणि पहिल्या एस.टी.ने आक्काताई आपल्या मुलांना घेऊन उतरली. तिचे यजमान उतरले. वाड्यात शिरताच सर्वांचे उतरलेले चेहरे पाहून तिला गोंधळल्यागत झाले. आल्या-आल्या ती तुळोजीरावांच्या पाया पडली आणि बाजीरावाला तिने पोटाशी धरले. डोळ्यांत पाणी आणून ती म्हणाली, "किती दिवसांनी भेटलास! अलीकडे सारखा माझ्या स्वप्नात येत होतास बघ आणि हे रे काय, अंगावर हे कपडे का? सामानसुमान कुणाचं बांधलं आहे हे?"

तुळोजीराव म्हणाले, "आक्काताई, आता घटकाभर बसून बोला. कालच तार आली हजर राहण्याबद्दल. बाजीराव निघालाय. तास, दीडतासच बाकी आहे."

आक्काताईंना अगदी भडभडून आले. ती म्हणाली, "वहिनी, माझी ट्रंक तरी उघड. बाजीरावाला लाडू, पुडाच्या वड्या करून आणल्यात मी. ते डबे तसेच दे आता त्याच्याबरोबर."

बाजीरावाला हे ऐकून गलबलून आले.

तुळोजीराव म्हणाले, "अगं अक्का, काढ तुझं फराळाचं. वेळ आहे अजून मोटारीला. नीट बसून खाऊ दे त्याला."

आणि आता सर्वांनीच जर उदास चेहरे केले, रडारड केली तर बाजीरावाला जाताना वाईट वाटेल म्हणून ते उंच आवाजात बोलले, "– आणि असे डोळ्यांत पाणी काय आणता रे सगळे, पोरगी सासरी निघाल्यासारखे? मर्द लढवय्या आहे, लढाईवर निघालाय, त्याला हसतमुखानं निरोप द्या. तरवार मारून ये म्हणावं. भागुबाईसारखं डोळ्यांत पाणी नाही आणायचं कुणी. काय रे शिवाजी?"

शिवाजी गंभीर चेहऱ्याने उभा होता. तो म्हणाला, "मी कुठे रडतोय नाना?"

"शाब्बास."

मग सर्वांनीच चेहऱ्यावर उसने अवसान आणले. हसू आणले. जणू काही विशेष घडलेच नाही अशा पद्धतीने वागण्याचा सगळ्यांनी प्रयत्न चालविला. काहीतरी निमित्त करून बाजीराव आत गेला. आत त्याने मंजुळेला भेटून घेतले.

नवऱ्याच्या छातीवर कपाळ टेकून मंजुळाबाई दोन मिनिटे स्तब्ध राहिली.

बाजीरावाने तिच्या पाठीवरून हात फिरविला, केसांवरून हात फिरविला आणि हळू आवाजात म्हटले, ''माझी काळजी करू नकोस सारखी. शिवाजीला सांभाळ. आनंदात राहा सगळे – हं!''

मंजुळाबाईंनी डोळे पुसले. तिचा खालचा पातळ ओठ थरथरत होता. क्षणभर तिने बाजीरावाच्या डोळ्याला डोळा दिला आणि हलवून म्हटले, ''हो.''

एस.टी.पाशी बरीच मंडळी जमली होती. गावातील चार-सहा सैनिकही या वेळी निघाले होते. त्यांचे पाव्हणेरावळेही पोहोचवायला आले होते. तुळोजीराव, शिवाजी यांचा निरोप घेऊन बाजीराव गाडीत चढला. एस.टी. सुरू झाली. पाहता-पाहता धुरोळा मागे ठेवून दिसेनाशी झाली.

बाजीराव निघून गेल्यापासून घरातले वातावरण पुन्हा सुन्न, ओके-बोके झाले. लढाईच्या बातम्या रोज येत होत्या. हिमालयाच्या बर्फाच्छादित प्रदेशात, कडक थंडीत जोरदार लढाई चालू होती. भारतीय सैनिक प्राणपणाने लढत होते. पण हानी सारखी भारताचीच होत होती.

सगळा देश ढवळून निघाला. देशप्रेमाला कधी नव्हती एवढी भरती आली. लोक चिडून उठले.

रेडिओ, वृत्तपत्रे यांतून सारख्या बातम्या येऊ लागल्या. पुढारी भाषणे करू लागली. सैन्यभरती सुरू झाली. युद्धफंड निघाला. जवानांना मदत म्हणून जनतेने अनंत हस्ताने पैसा दिला, दागिने दिले, वस्त्रे दिली, अन्न दिले, पुस्तके पाठविली. युद्धाच्या वातावरणाने सारा देश भारून गेला.

रेडिओवरून रोज बातम्या येत होत्या. सरशीची बातमी कमी होती, माघारीची बातमी जास्ती होती. या बातम्या ऐकून तुळोजीराव पेटून उठत होते. शिवाजी धास्तावल्या स्वरात विचारत होता, ''नाना, आपला पराभव झाला?''

तुळोजीराव मूठ उगारून म्हणत होते, ''कोण म्हणतो पराभव झाला? अरे हाट. आपला पक्ष प्रभुरामचंद्राचा आहे. आपला नित्य विजयच होणार!''

''पण केव्हा?''

''ही लढाई आहे बेटा. अचानक हल्ला करणाऱ्यांची सुरुवातीला सरशीच होते. थोडा थांब, आपल्या विजयाची बातमी कळेल.''

''पण केव्हा नाना?''

''अरे, वर्षानुवर्षे चालतात लढाया, मग?''

शिवाजीला समाधानकारक उत्तर मिळत नव्हते. तुळोजीरावांना समाधानकारक

उत्तर देता येत नव्हते. ते एवढंच सारखं सांगत होते की, 'आपले सैनिक शूरवीर आहेत. कमी नाहीत. अनेक लढाया त्यांनी आजवर गाजविल्या आहेत. जगातल्या कोणत्याही सैनिकाच्या बरोबरीचे आहेत आमचे सैनिक.'

गावातले इतके लोक लढाईवर होते, पण लढाई कुठे चालली आहे, याची माहिती लोकांना नव्हती. हिमालय कुठे, नेफा कुठे आहे, चीन कुठे आहे, आपली हद्द म्हणजे कोणता भाग, सगळे अज्ञात होते. लोक लढाईबद्दल बोलत होते, ऐकत होते. पण त्यांना फारच थोडे समजत होते.

तुळोजीरावांनी एकवार अप्पाला विचारले, "काय अप्पा, लढाई कुठे चाललीय?"

बापडा अप्पा घोड्याला चंदी घेऊन चालला होता. तो सहज म्हणाला, "हिमालय डोंगरात!"

तुळोजीराव केवढ्याने ओरडले, "गाढवा, हिमालय डोंगर म्हणजे काय जोतिबाचा डोंगर आहे का?"

घाबरून उभा राहून अप्पा म्हणाला, "मला माहीत न्हाई जी."

"माहीत करून घ्यायला नको का? अरे, असे बावळे राहून तुम्ही लढाई जिंकणार कशी? आं?"

"खरं आहे जी!"

"मूर्ख आहेस, जा! शिवाजी –"

शिवाजी पुस्तक काढून वाचीत बसला होता. तो चड्डी सावरीत धावत बाहेर आला. नाना रागावले आहेत, हे त्याला आवाजावरून कळले.

"काय नाना?"

"उद्या तुझ्या मास्तराकडून भारताचा नकाशा घेऊन ये मोठा. आहे ना शाळेत?"

"हो, पृथ्वीच्या दोन गोलांचासुद्धा आहे, नाना."

"आण मग, म्हणावं सुभेदारांनी मागितलाय हां."

"बरं."

दुसऱ्या दिवशी वाड्याच्या पटांगणात खच्चून लोक जमले. भिंतीवर नकाशा लावून तुळोजीरावांनी सर्वांना माहिती दिली.

■

३

१४ नोव्हेंबर १९६२च्या अगोदर भारताच्या नकाशावर असलेल्या अनेक नावांपैकी 'वालाँग' हे फक्त एका ठिकाणचे नाव होते. 'नॉर्थ ईस्ट फ्रॉटिअर एजन्सी' नावाने नकाशात जो भाग दाखविला आहे, त्या भागातले एक साधे ठिकाण. एक नाव. पण याच जागी भारतीय सैनिकांनी एवढे विराट शौर्य दाखविले आहे की, आता इथून पुढे हे ठिकाण म्हणजे चिरस्मरणीय असे धारातीर्थ मानले जाईल. इथे, याच जागी देशप्रेमापुढे मृत्यू य:कश्चित ठरला. शत्रूला अडविण्यासाठी हजारो सैनिकांनी आपले प्राण फेकून दिले.

जवळजवळ तीन हजार भारतीय सैनिकांनी या जागी चिनी सैनिकांच्या पंधरा जोरदार हल्ल्यांना तोंड दिले. हे पंधरा हल्ले आले ते; पंधरा हजार चिनी सैनिकांकडून. तीन दिवस आणि तीन रात्री भारतीय सैनिकांनी सात मैलांची आघाडी लढविली. चिनी सैनिकांची सर्वांत जास्त प्राणहानी या ठिकाणी झाली. पाच हजार सैनिक कामी आले.

वालाँगच्या पश्चिमेला एका ओळीत तीन पर्वतशिखरे होती. आपल्या सैनिकांनी त्यांना नावे दिली – हिरवे शिखर, पिवळे शिखर आणि जंक्शन. यांपैकी सर्वांत उंच जंक्शनची उंची साडेपंधरा हजार फूट होती. त्याखालोखाल पिवळे शिखर आणि सर्वांत कमी उंचीचे म्हणजे दहा हजार फूट हिरवे शिखर. हिमालयाच्या उत्तुंग पर्वतश्रेणीपुढे

एवढ्या उंचीची शिखरे काहीच नव्हेत. पण जमिनीवर उभे राहून पाहणाऱ्याला चांगलीच उंच. शिवाय चढणीला अवघड, थेट चढाची. लोहित नदीचा धो-धो प्रवाह याच भागातून वाहत होता. त्यामुळे तो ओलांडून हालचाल करणे सैनिकांना भारी अवघड होते.

या पर्वतशिखरांचा ताबा जर एकदा शत्रूला मिळाला, तर वालाँग टिकवून धरणे आपल्याला कठीण होते. शिवाय रसद पोहोचविण्यासाठी उपयोगात येणारा वालाँगचा एकमेव विमानतळही भारतीय सैनिकांच्या हातून गेला असता.

चिनी फौजा डोंगरसपाटी पार करून २१ ऑक्टोबरला किवीटू ठाण्यावर पोहोचल्या. भारतीय ठाणे एक दिवसाच्या लढाईनंतर पडले. मग शत्रूसैन्याने दोन तुकड्या केल्या. १४ नोव्हेंबरला हिरव्या शिखरावर पोहोचून त्यांनी तळ ठोकला.

इकडे १४ नोव्हेंबरलाच कुमाऊ सैनिकांची एक कंपनी पिवळ्या शिखराकडे निघाली. पिवळ्या शिखरावरून खालच्या हिरव्या शिखरावरील शत्रूला हुसकावून लावण्याचे काम तिच्याकडे होते. शत्रूसैनिक वरवरचा भाग काबीज करण्यासाठी चढाई करीत होते, तेव्हाच आपण एकदम वरच्या भागावर पोहोचून त्यांना खाली पाठविण्याचा डाव टाकीत होतो.

दिवसभर दौड करून कुमाऊ सैनिक संध्याकाळच्या वेळी पिवळ्या शिखरांच्या जवळपास पोहोचले. पिवळ्या शिखरापासून केवळ पन्नास यार्डांवर भारतीय सैनिक असतानाच शत्रूकडून प्रतिहल्ला झाला. ही धडक फार जोरदार होती. भारतीय सैनिकांना हा प्रदेश अनोळखी होता. आदल्याच दिवशी त्यांना वालाँगच्या विमानतळावर उतरविले होते. अंधार दाटलेला होता. अशात हा हल्ला झाला. शत्रूने दोन्ही बगलांनी हल्ला केला.

पहिल्या तडाख्याला कंपनी कमांडर बळी पडला. सेकंड लेफ्टनंट खत्रीने कमांडरची जागा घेतली आणि तो रोवल्यासारखा खडा राहिला. शत्रूसैनिकांच्या लाटांवर लाटा आल्या.

दोन प्रहरापर्यंत भारतीय सैनिकांनी तग धरला. या तडाखेबंद हल्ल्याने भारतीय सैनिकांची एक कंपनी पार नाहीशी झाली. त्याहीपेक्षा कितीतरी जास्त पटींनी शत्रूसैनिकांची हानी झाली.

दरम्यान डोग्रा सैनिकांची एक कंपनी वालाँग विमानतळावर आणण्यात आली. ही कंपनी जंक्शनवर पोहोचणार होती. म्हणजे शत्रूची फळी त्यांना फोडायची होती.

नऊ तास दौड मारून डोग्रा सैनिक जंक्शनवर पोहोचेपर्यंत पिवळ्या शिखरांवरील सगळा मारा, शत्रूसैनिकांनी थंड पाडला होता. त्यामुळे सर्व शक्तिनिशी शत्रूसैनिकांनी डोग्रा सैनिकांवर हल्ला केला. १६ नोव्हेंबरच्या सकाळपर्यंत जोरदार प्रतिहल्ला झाला. जादा कुमक म्हणून दोन जादा डोग्रा कंपनी पाठविल्या गेल्या, पण शत्रूने त्यांना आणि पहिल्या कंपनीला मिळू दिले नाही.

कुमाऊ, डोग्रा, शीख सारे एकत्र होऊन प्राणपणाने लढले आणि धारातीर्थी

पडले. जगातील कुठल्याही सैनिकांनी चकित व्हावे, प्रत्यक्ष चिनी सैनिकांनी स्फूर्ती घ्यावी, इतकं असामान्य धैर्य काही भारतीय सैनिकांनी दाखविले. त्यांच्या शौर्याचे पोवाडे इथून पुढे अनेक शतके गायिले जातील.

शीख कंपनीचे प्रमुख लेफ्टनंट विक्रमसिंह पिवळे शिखर संभाळत होते. कुमक येत होती. वालाँगचा विमानतळ कुठल्याही परिस्थितीत सांभाळला पाहिजे होता. विक्रमसिंहने ब्रिगेडच्या मुख्य ठाण्यावर संदेश पाठविला, 'शत्रू तिन्ही बाजूंनी आम्हांला कोंडतो आहे. चौथ्या बाजूला लोहित नदी आहे. शत्रूसैनिकांची संख्या आमच्यापेक्षा एका बटॅलियनने जास्ती आहे.'

परत जबाब आला, 'शेवटपर्यंत लढा द्या.'

वालाँग विमानतळ हातचा न जाऊ देण्याच्या दृष्टीने पिवळी टेकडी ही फार महत्त्वाची होती. ती टिकवून धरायलाच पाहिजे होती. बरोबर दीड तास विक्रमसिंहाने पिवळे शिखर शत्रूच्या हाती पडू दिले नाही.

नंतर मुख्य ठाण्यावरून संदेश आला, 'काय परिस्थिती आहे?'

पण त्यांना परत जबाब मिळाला नाही. जबाब द्यायला कोणी नव्हतेच. शत्रूसैनिकांनी पिवळे शिखर घेतले, पण जिवंत सैनिकांकडून नाही. सगळे मारले गेले होते.

डॉ. सुब्बा या वीर भारतपुत्राने यशाची काहीही आशा नसताना माघार घ्यायचे नाकारले. रणभूमीवरच मरण पत्करले. या धैर्याला तोड आहे का?

नाईक परशुराम, लान्स नाईक छत्रा, शिपाई खजूरसिंग या तिघांना शत्रूसैनिकांनी गिरफ्तार करून चालविले. पण शत्रूकैदेपेक्षा त्यांनी मरण पत्करले. जाता-जाता दोन हजार फुटांची एक दरी दिसताच तिघांपैकी एकजण पळाला आणि पाहता-पाहता त्याने आपला देह दरीत झोकून दिला. त्याच्या मागोमाग सैनिक धावले तेव्हा उरलेल्या दोघांनीही तीच दिशा पत्करली. शत्रूला चकवून त्यांनी मरणाला मिठी मारली.

शिपाई नयनसिंग. तो उखळी तोफेवर होता. शत्रूसैनिकाच्या गोळीने त्याच्या पोटातील आतडी बाहेर काढली. पण तो रणांगण सोडायला राजी नव्हता. प्राथमिक उपचार करून घेतल्यावर आपले काम दुसऱ्याला देऊन तो मशिनीवर गोळ्यांचे पट्टे चढवू लागला. पण ठाणे सोडावेच लागले. मागे फिरावे लागले. माघार घेता-घेता नयनसिंग अडखळून पडला. पडला तो पुन्हा उठला नाहीच.

२० तारखेलाच एक प्रमुख अधिकारी जखमी झाला. फिल्ड ॲम्ब्युलन्समध्ये काम करणारा शिपाई जोसेफ या अधिकाऱ्याला उचलून आणण्यासाठी धावला. शत्रूसैनिकांच्या गोळ्यांचा पाऊस पडत असताना जमिनीशी सरपटत जाऊन तो जखमी अधिकाऱ्यापाशी पोहोचला आणि त्याच ठिकाणी त्यालाही गोळी लागली. त्याला जागच्याजागी मृत्यू आला.

■

४

भरती करणाऱ्या साहेबाने झुंजारपूरला गावाबाहेर तंबू ठोकला होता. गावच्या सरपंचांना सांगितले होते की, 'पाटील, जवान पोरे गोळा करून पाठवून द्या.' तंबूपुढे रांगा लागल्या होत्या. तालमीत जाऊन शरीरे कमावलेली पोरे साहेबापुढे जाऊन उभी राहत होती. छातीचे माप, उंची मापली जात होती. कुणाचे माप भरत होते, कुणाचे भरत नव्हते. भरती झालेली पोरे कुस्ती मारल्याच्या आनंदाने कपडे करीत होती. अंगरखा अंगात घालत होती, डोईला फेटा गुंडाळीत होती. नापास झालेली पोरे उतरल्या चेहऱ्याने कपडे खाकोटीला मारून लांब जात होती. नापास झालेल्यांना आपले शरीर कुणी बघू नये, असे वाटत होते.

भरती करणारा साहेब चांगला ठणठणीत होता. रंगाने गोरा, अंगाने गोल गरगरीत असलेल्या साहेबाने ओठावर रुबाबदार मिशा ठेवल्या होत्या. त्याचे डोळे घारे होते. डोक्यावर गोंड्याची हिरवी लोकरी टोपी होती. अंगात खाकी ड्रेस होता.

एकाएकी शिवाजी त्याच्यासमोर जाऊन उभा राहिला. साहेबाने डोळे बारीक करून पाहिले.

"काय रे बाळ?"

"मला भरती करून घ्या!"

शिवाजीच्या धिटाईचे साहेबाला फार कौतुक वाटले. टेबलावर वाकून बसला होता, तो मागे खुर्चीच्या पाठीला रेलला व म्हणाला, "हं! काय नाव तुझं?"

"शिवाजी बाजीराव मोहिते."

"मराठा?"

"होय साहेब."

जास्तच गंभीर होऊन साहेबाने विचारले, "वय?"

"तेरा पूर्ण."

"लहान आहेस. मोठा हो आणखी मग ये."

"पण मला सगळं येतं. बंदूक चालविता येते. परेड करता येते. आजोबांनी सगळं शिकवलं आहे मला."

साहेबाने हसून म्हटले, "ठीक आहे. पण एवढी लहान मुले सैन्यात घेत नाहीत. जा तू घरी."

शिवाजीचा फार हिरमोड झाला. साहेबाचा राग आला. अपमान झाल्यासारखे वाटले. घरी जाण्याची त्याची तयारी नव्हती. साहेबाच्या पुढून तो लवकर हलेना. तेव्हा त्याच्या खांद्यावर थोपटून साहेब म्हणाले, "जा, शहाणा ना तू. शाळा शीक, मोठा हो, चांगले शरीर कमव आणि मग ये. मी तुला भरती करून घेईन."

शिवाजी साहेबाच्या डोळ्यांकडे रागावून बघत होता. तेवढ्यात तुळोजीराव आले. त्यांनी नातवाला बाजूला केले आणि साहेबांना सलाम ठोकला. घसा साफ करून म्हटले, "मला भरती करून घ्या साहेब."

साहेबाने तुळोजीरावांना नीट न्याहाळून घेतले. त्यांचा जुनापुराणा लष्करी ड्रेस, छातीवरचे बिल्ले, फिता पाहिल्या.

"काय नाव आपलं?"

"तुळोजीराव सर्फोजीराव मोहिते."

"जात?"

"मराठा."

"वय?"

"सहासष्ट!"

साहेब हसून म्हणाले, "फार वय आहे. तुम्हाला नाही घेता येत."

"पण मी तुमच्या कोणाही पोराला हरवेन, बघा तरी."

"नाही. अहो, तुम्ही तर पूर्वी काम केलेले दिसतं. तुम्हाला कायदेकानून मी काय सांगायचे पोरानं?"

"कायदे माहीत आहेत, पण माझं रक्त उसळतंय ना बेटा, त्याला काय करू?"

"तुम्ही पोरांना स्फूर्ती द्या. त्यांना पटवून द्या. तेच आता तुमचं काम आहे."

तुळोजीरावांनी विषण्णपणे खाली पाहिले आणि मग भानावर येऊन शिवाजीचा हात धरला व म्हटले, ''चल बेटा.''

घराकडे येता-येता शिवाजी वरचेवर आजोबांच्या चेहऱ्याकडे बघत होता. तुळोजीराव काही बोलत नव्हते. शेवटी एकाएकी ते बोलले, ''शिवाजी, तू मोठा होशील, लष्करात भरती होशील. माझं आता संपलं गड्या! मला काही आता पुन्हा तरुण नाही होता येणार!''

गेल्यापासून बाजीरावाचे काही पत्र नव्हते. खुशाली कळली नव्हती. रोज एक नवी बातमी समजत होती. वर्तमानपत्रातून बातम्या येत होत्या. युद्धकैद्यांची संख्या भरमसाट होती. चिनी लोक कैद्यांना नीट वागवत नाहीत, खाणे-पिणे, कपडेलत्ते देत नाहीत, नुसता वाटीभर भात खाऊन कैद्यांना सबंध दिवस काढावा लागतो, अशा अनेक गोष्टी कानांवर येत होत्या. मंजुळाबाईंचा जीव चिंतेने मुठीएवढा झाला होता.

गावातील चार सैनिक आघाडीवर कामी आले होते. सहाजण बेपत्ताच्या यादीत होते. मंजुळाबाईंच्या काळजावर मणाचा धोंडा होता. संध्याकाळ झाली, वाड्यात त्या एकट्याच आल्या की, गुदमरल्यासारखे होई. कोंडून घातल्यासारखी तगमग होई. मध्येच रात्री दचकून जाग येई आणि एकटक डोळ्यांनी अंधाराकडे बघत त्या पडून राहत.

तुळोजीराव रोज टपालाची वाट बघत होते.

शिवाजीने गावातील बरोबरीच्या पोरांची पलटण उभी केली होती. रोज संध्याकाळी गावातल्या रस्त्यातून ही पलटण परेड करी. शिवाजी कॅप्टन झाला होता. छऱ्यांची बंदूक खांद्यावर टाकून तो सर्वांच्या पुढे असे. खांद्यावर लाठ्या-काठ्या घेतलेली पोरे असत. नदीच्या पाण्यातून शिस्तीने जाणे, खोल कड्यावरून उड्या टाकणे, सरपटत पन्नास फूट जाणे – असले नाना तऱ्हेचे हुकूम शिवाजी पोरांना करी. कधीकधी अप्पाही या परेडमध्ये सामील होई.

असे दिवस चालले होते आणि एके दिवशी तुळोजीरावांच्या नावे एक टपाल आले की, बाजीराव तुळोजीराव मोहिते हा मराठा पलटणीतील सैनिक बेपत्ता आहे.

टपाल वाचताच स्वत: तुळोजीराव एखादे मोठे वडाचे झाड एकाएकी कलून भुईवर पडावे तसे खाली बसले. त्यांच्या डोळ्यांपुढे अंधार-अंधार झाला. काळीज धाडधाड उडत राहिले. कपाळावर घाम जमला. चेहऱ्याचा रंग बदलून काळवंडलेला झाला. ओठाला कोरड पडली. पायांतले बळ गेल्यासारखे झाले. हातांना कंप सुटला.

वाड्याच्या बाहेरच्या सोप्यात वेताची मोठी खुर्ची होती. तिच्यात ते बराच वेळ सुन्नपणाने बसून राहिले. आघाडीवरील सैनिकाचे जीवन म्हणजे रोज मृत्यूशी खेळ, रणांगणावर कायमची विश्रांती मिळणे हेच त्यांचे भाग्य, हीच अखेर, हाच त्याचा

शेवट. हिमालयाच्या त्या भव्य परिसरात जिकडे आपले वाडवडील आजवर मन:शांतीसाठी, ईश्वरचिंतनासाठी, मुक्ती मिळविण्यासाठी, तपश्चर्येसाठी जात आले, तिथे मृत्यू येणे हीच भाग्याची गोष्ट. आपल्या सीमेचे रक्षण करीत असताना, परकीय शत्रूंनी आपली भूमी बळकावू नये म्हणून लढताना आलेल्या मरणापरते चांगलेसे आणखी मरण कोणते? बाजीरावाला स्वर्गच प्राप्त झाला. तो अमरच राहिला. मरण काय आज ना उद्या येणारच. पण म्हातारे होऊन, आजाराने गांजून मरण्यापेक्षा, जवानीत मरण येणे, हे उत्तम नव्हे का? नाहीतरी माणसाने जन्माला येऊन आणखी काय मिळवावयाचे असते बरे?

पण खरेच बाजीराव मरण पावला का? कुणी सांगावे तो जिवंतही असेल. चिनी सैनिकांच्या कैदेत असेल. कदाचित परांगदा होऊन रानावनातून वाट काढीत आपल्या छावणीकडेही येत असेल. आज ना उद्या तो जिवंत असल्याची सुवार्ता आपल्याला कळेल. त्याच्या शौर्याने आपले डोळे निवतील. त्याचा जयजयकार आपल्या वृद्ध कानांना ऐकू येईल. दैव मोठे असले, तर असेही होईल.

होईल अथवा न होईल. बाजीराव जिवंत असेल अथवा रणभूमीवर त्याला वीरमरण आले असेल. त्याचा शोक करणे हे योग्य नाही. हा आघात आपण कणखरपणे सोसला पाहिजे. माझ्यासारख्याने या मृत्यूचा शोक केला, हाय खाल्ली, धीर सोडला, तर ते योग्य ठरणार नाही. मृत्यूला भिणे हे वीरांना लज्जास्पद आहे. असे नाना विचार तुळोजीरावांच्या मनात आले आणि हळूहळू त्यांना उभारी आली. खचून गेलेले मन सावरले.

मग ते आत जाऊन, देवापुढे उभे राहिले. पंढरीचा विठ्ठल होता, जेजुरीचा खंडोबा होता, तुळजापूरची भवानी होती, विघ्नहर्ता गणपती होता, बाळकृष्ण होता. अंगाखांद्यावर फुले घेऊन कपाळाला चंदनाचे टिळे लेवून हे सारे रक्षणकर्ते देव देव्हाऱ्यात उभे होते. त्यांच्यापुढे उभे राहून तुळोजीरावांनी हाक मारली, ''मंजुळाबाई.''

''आल्ये!''

''इकडं देवघरात ये जरा बाळ.''

मंजुळाबाईंनी पदर ठाकठीक केला, कुंकू नीट आहे का हे आरशात पाहिले. सासऱ्याने आज देवघरात का बोलविले हे तिला कळेना. गोंधळलेल्या मनानेच ती देवघरात येऊन उभी राहिली आणि प्रश्नार्थक मुद्रेने ती त्यांच्याकडे बघू लागली. तुळोजीरावांचा चेहरा गंभीर होता.

''बैस!''

तुळोजीराव स्वत:ही बसले. मंजुळाबाई बसली.

मग तुळोजीराव म्हणाले, ''तू मोठ्या घरातली आहेस, मोठ्या घरात पडली आहेस. एका वीर पुरुषाची धनीण आहेस. शिवाजीसारख्या उत्तम मुलाची आई

आहेस. आजवर आलेले भलेबुरे प्रसंग तू सोसले आहेस –''

हे ऐकता-ऐकता मंजुळाबाईंची चर्या बदलत गेली. डोळे मोठे झाले. ओठ उघडले. हात छातीवर आला.

''घाबरू नकोस. धीर सोडून नकोस.''

''काय झालं?''

''आज सरकारी टपाल आलं आहे. त्यात लिहिलं आहे का, बाजीराव बेपत्ता आहे.''

मंजुळाबाईंनी दोन्ही हातांनी तोंड झाकून मोठा हुंदका दिला. तिचे सारे शरीर, वादळातील झाडाप्रमाणे हलू लागले. मग तुळोजीरावांनी पुढे होऊन तिच्या पाठीवरून हात फिरविला. तिला पोटाशी धरले, अश्रू पुसले. नाना परीने समजावले. मघा त्यांनी ज्या विचारांनी आपले मन सावरले होते, तेच विचार तिला आठवले. पण तुळोजीराव पुरुष होते, जात्याच कणखर होते आणि मंजुळाबाई स्त्री होती, बाजीराव म्हणजे तिचे सर्वस्व होते.

मंजुळाबाईंचा दु:खाचा पूर ओसरायला बराच वेळ लागला. शेवटी ती शांत झाली. तसे तुळोजीराव म्हणाले, ''कपाळावरचं कुंकू ओघळलं आहे, नीट लाव जा. ऊठ आणि बरं का, शिवाजीपाशी तू काही बोलू नकोस. त्याला माझ्याकडे पाठव, मी सर्व सांगेन त्याला.''

पुढे काही दिवस मोहित्यांचा वाडा फार खिन्न, उदास राहिला. गावातही सगळ्यांना बातमी कळली होती. लोक समाचाराला येऊन जात होते. फार जवळची, प्रेमाची माणसे होती. ती आल्यावर तुळोजीराव चार शब्द बोलले. पण वाड्यावर रीघ लागली, तेव्हा त्यांना हे सहन झाले नाही. चारचौघांना त्यांनी सांगून टाकले की, ''मला समजविण्यासाठी येऊ नका. माझं काही भयंकर नुकसान झालं नाही. घरात काही वाईट घडलेलं नाही. आमच्यावर दैवाचा घाला पडलेला नाही. पिढ्यान् पिढ्या सैन्यात चाकरी करण्याची परंपरा आहे आमच्या घरी. असे प्रसंग येणारच. आम्ही त्याचा फार शोक करीत नाही, तुम्ही करू नका –''

काही दिवस गेले आणि मग दुसरे टपाल आले. बेपत्ता बाजीराव हा रणांगणावर कामी आला, अशी आता सरकारची खात्री पटली होती.

मंजुळाबाईंनी कुंकू लावणे बंद केले. तुळोजीराव मनोमनी फार खचून गेले. त्यांचे मन कशात लागेना. वर सगळे करीत ते घरीच वावरत राहिले.

■

५

झाल्या गोष्टीचा सर्वांत जास्ती परिणाम झाला तो शिवाजीवर. आपल्या वडिलांना चिनी शत्रूंनी ठार मारले, त्यांचा बदला आपण घेतलाच पाहिजे, इतकी त्याच्या मनात चीड उसळी मारून आली होती. या एका विचाराशिवाय त्याला दुसरे काही सुचेना. आता असेच उठून आपण रणांगणावर जावे, एक मशिनगन घ्यावी आणि दिसेल तो चिनी मारावा असे त्याला वाटू लागले. त्याला सैन्यात कोणी घेत नव्हते. नेफा आघाडी इतकी दूर होती, शिवाजीचे वय इतके लहान होते, पण हे काही त्याला पटत नव्हते. त्याला वाटे. मराठ्यांचा राजा शिवाजी नव्हता का लहानच. त्याने कसा बालवयातच पराक्रम केला? तो महाभारतातला अभिमन्यू नव्हता का लहानच? त्याने नाही का शौर्य दाखविले? मग मीच लहान म्हणून गप्प का बसावे? झालेला अन्याय सहन का करावा? माझी आई दु:खी झाली आहे. माझे आजोबा दु:खी झाले आहेत. त्या सर्वांना आनंदी करायचे तर बाबांच्या मृत्यूचा सूड उगवला पाहिजे. दहा-पन्नास चिनी ठार केले पाहिजेत.

पण हे कसे जमावे? मनात आले की, सगळे होते. इकडचे जग तिकडे करता येते. मी जिवापाड प्रयत्न करीन. वाटेल त्या हालअपेष्टा सोशीन पण इथून रणांगणावर जाईन आणि बदला घेईन. असा महाधाडसी विचार शिवाजीच्या मनात

पक्के घर करून राहिला. तो दिवसभर त्याच नादात राहू लागला. आपल्या विचाराचा थांगपत्ता त्याने कोणाला लागू मात्र दिला नाही.

त्याच्यापाशी साठविलेले वीस रुपये होते. आजोबांची कुकरी होती. पाण्याची बाटली होती. बूट होते. खाकी गणवेश होता. आणखी काय हवे? बरे, त्याला बंदूक चालविता येत होती. आजोबांनी ते शिक्षण दिले होते. शत्रूवर लपून-छपून कसे चालून जावे हेही त्याला माहीत होते.

नकाशे, भूगोलाचे पुस्तक यांच्यावरून लढाई कोठे चालली आहे, हेही आजोबांनी सांगितले होते. आता फक्त काहीतरी निमित्त करून घराबाहेर पडायचे आणि थेट तेजपूर गाठायचे. तिथून आघाडी काही फार दूर नाही.

तशात शाळेची ट्रीप घेऊन सातारला अजिंक्यतारा किल्ला पाहण्यास जाण्याचे ठरले.

शिक्षकांनी विचारले, "मोहिते बाळ, तू का नाव दिले नाहीस?"

शिवाजी म्हणाला, "सर, आमच्या घरात सगळे दुःखात आहेत. ट्रीपला कसा येऊ मी?"

"अरे, तुला तेवढाच विसर पडेल. मी विचारू का तुझ्या आजोबांना?"

"विचारा. बहुतेक ते नको म्हणतील. माझी आई मला जाऊ द्यायची नाही. मी सारखा नजरेपुढे लागतो तिला."

शिक्षकांनी वाड्यावर जाऊन तुळोजीरावांना विचारले. म्हटले, "येऊ द्या त्याला. तेवढंच बरं वाटेल. विसर पडेल."

"तो काय म्हणतो? त्याची इच्छा असेल तर न्या."

"आई नको म्हणेल म्हणतो."

"छे, ती कशाला नको म्हणेल? मुलांनी हिंडलं पाहिजे. अनुभव घेतले पाहिजेत. धीट झालं पाहिजे. माझी काही हरकत नाही. येत असेल तर न्या."

घरून परवानगी मिळाली आणि शिवाजीने मनात ठरविले की, साताऱ्याहून तसेच परभारे मुंबईला जायचे. मुंबईहून कलकत्त्याला आणि कलकत्त्याहून तेजपूरला. तिथून आघाडी.

जाण्याच्या आदल्या रात्री, मंजुळाबाईंनी आणि अप्पानं सगळी तयारी करून दिली. ट्रीपचे सगळे सामान नीट जमवून दिले. खायला-प्यायला दिले. पैसेअडके दिले. कपडेलत्ते, अंथरूण-पांघरूण सगळी तयारी झाली. घरात निजानीज झाली. शिवाजी बराच वेळ जागा होता. शेवटी उठून त्याने दिवा लावला आणि नकाशा पुढे घेऊन तो बसला. बेत ठरवू लागला.

खोलीत दिवा बघून अप्पा जागा होता, तो हळूच उठून आला आणि शिवाजीच्या

खोलीत जाऊन म्हणाला, ''का हो, उद्या जायाचं म्हणून झोप येईना काय?''

ओठावर बोट ठेवून शिवाजीने अप्पाला चूप केले. मोठ्याने बोलू नकोस म्हणून सांगितले.

''अप्पा, मी तुला एक गुप्त गोष्ट सांगणार आहे.''

घाबऱ्या-घाबऱ्या अप्पाने विचारले, ''काय हो?''

''कुणापाशी बोलणार नाही, अशी शप्पथ घे आधी.''

''पण काय?''

''शप्पथ घे माझ्या गळ्याची. मग सांगतो.''

''तुमच्या गळ्याची शप्पथ – मी कुणाला काही सांगणार नाही.''

''हे बघ, मी लढाईवर जाणार आहे आणि बाबांना मारलं त्या चिन्यांचा सूड घेणार आहे.''

''कसा?''

''दहा चिनी मारणार आहे ठार!''

''मारा –''

अप्पाच्या बाळबुद्धीला ही गोष्ट एकदम पटली. पण लगेच त्याला काळजीही वाटली.

''इतक्या लांब तुम्ही एकटं जाणार? सोबत?''

''अरे मी जाईन. सोबत-बिबत काय करायची? आगगाडीनं तर जायचं!''

''आणि पुढं?''

''पुढचं पुढं!''

''बरं!''

''सांगू नकोस कुणाला. नाहीतर मला मधूनच परत आणतील शोधून.''

''गळ्याची शप्पथ घेतली नाही का? आता कसा सांगेन?''

मग शिवाजीने आपल्याजवळचा सगळा चीजवस्तूचा साठा काढला. काचेच्या गोट्या, शिट्टी, बेंडबाजा, वस्तू मोठी दिसणारी गोल काच, चाकू, पावा असल्या अनेक वस्तू होत्या त्यात. त्या सगळ्या अप्पाला देऊन तो म्हणाला, ''अप्पा, आता मी परत येईन किंवा येणारही नाही. हे घे तुला.''

अप्पाला एकदम रडूच आले. तो म्हणाला, ''असं नका बोलू. मला काही नको.''

''नाही रे. समज, मी आलोच नाहीतर याचा काय उपयोग? घे तुला.''

''असू द्या, ठेवा. लागल्या तर घेईन. तुम्ही अन् मी काय दोघं आहोत का? जे तुमचं ते माझं.''

मग अप्पाने आपल्याजवळचे पंधरा रुपये काढून दिले व तो म्हणाला, ''हे असू द्या तुमच्याजवळ.''

आणि कोणी देवऋषाने त्याच्या दंडात बांधलेला ताईत काढून त्याने शिवाजीच्या दंडात बांधला.

"मंतरलेला ताईत आहे. हा दंडात असल्यावर जिवावरच्या प्रसंगातून सुटका होती. बरं, नीट जपून जा. आगगाडीत कुणी काही खायला दिलं, तर खाऊ नका. रात्री-अपरात्री वाट चालू नका. सांभाळून, हुशारीने राहा. तुमची खुशाली कशी कळायची मला?"

"तू काही काळजी करू नकोस. मी माझा पण पुरा करून परत येतोच की नाही बघ!"

"बरं, झोपा आता. सकाळी लवकर उठायचं आहे."

शिवाजी अंथरुणावर पडला. दिवा मालवून अप्पा बाहेर आला. तास, अर्धा-तास झाला. शिवाजीला झोप येईना. मग तो हळूच उठला आणि आईच्या खोलीत गेला. अंधारात उभा राहून त्याने आईला नमस्कार केला.

"आई, तुझा आशीर्वाद असू दे. माझी काळजी करू नकोस. रडू नकोस माझ्या आठवणीनं. मी काम पुरं करून येईन."

आजोबांच्या पलंगाजवळ उभे राहूनही त्याने असेच सांगून नमस्कार केला आणि मग तो आपल्या अंथरुणावर येऊन पडला. लवकरच त्याला गाढ झोप लागली.

सकाळच्या पहिल्या एस.टी. मोटारीने शाळेतील पस्तीस मुले ट्रीपला गेली. एस.टी. लांबवर गेली तरी अप्पा धुरोळ्याकडे बघत होता. तुळोजीराव रागावतील म्हणून भीती होती, तरी तो घरी परत न येता गाव-मारुतीच्या देवळात गेला आणि मारुतीला साष्टांग दंडवत घालून नवस बोलला, "बाबा मारुतराया, आमच्या शिवाजीरावाला बळ दे. त्याला सुखरूप ठेव. मी तुझे अकरा शनिवार करेन. नुस्तं पाणी घेऊन कडक उपास करेन."

मोटारीत इतर पोरांचा दंगा-गोंधळ चालला होता. पोरे ओरडत होती. गाणी म्हणत होती —

जिंकू किंवा मरू —
माणुसकीच्या शत्रूसंगे युद्ध आमचे सुरू,
लढती सैनिक, लढू नागरिक
लढतील महिला, लढतील बालक,
शर्थ लढ्याची करू,
जिंकू किंवा मरू —

शिवाजी तेवढा गप्प-गप्प होता. त्याच्या डोक्यात नाना विचार चालले होते. या मुलांचा आणि शिक्षकांचा डोळा चुकवून आपण कसे जायचे, मुंबईला पोहोचल्यावर कलकत्त्याची गाडी कशी धरायची, भाडे किती असेल, आपल्याजवळचे पैसे संपले तर काय करायचे, तिकीट काढले नाही म्हणून मधेच कोणी धरले आणि बसवून ठेवले तर सुटका कशी करून घ्यायची?

अखेर स्टेशन आले. आपापले सामान घेऊन मुले उतरली. शिक्षकांनी तिकिटे काढली. स्टेशनावरच्या लिंबाच्या झाडाखाली बराच वेळ बसल्यावर गाडी आली. मुले भराभरा गाडीत शिरली. रेटारेटी, दंगा-मस्ती, आरडाओरड झाली. एका डब्यात सगळी मुले बसली. संध्याकाळी पाचच्या सुमाराला सातारा स्टेशन येणार होते.

गाडी सुटून काही वेळ झाला. सगळ्या मुलांनी जवळचे खाद्यपदार्थ खाल्ले. मग शिवाजीला झोप आली. बसल्या बसल्याच तो पेंगू लागला.

सातारा स्टेशन आले तेव्हा फारच गर्दी-गोंधळ झाला. भेलके मास्तर ओरडून सर्वांना म्हणू लागले, "गर्दी करू नका. आपापले सामान सांभाळा. नीट जपून उतरा."

सगळी मुले उतरली. प्लॅटफॉर्मवर फार गर्दी होती. गोंधळ होता. शिक्षक ओरडत होते, "अरे, सगळे उतरले का? इकडे-तिकडे जाऊ नका."

शिवाजी सर्वांबरोबर उतरला आणि कुणी पाहत नाही, असे पाहून एंजिनच्या बाजूकडे गेला. एक खूप गर्दीचा डबा पाहून थांबला. रेंगाळत राहिला आणि गाडीची शिट्टी वाजली तसा घाईने आत चढून बसला. गाडी सुटली.

मध्यरात्रीची वेळ झाली होती. सामानसुमानाच्या ढिगाऱ्यात बसलेली माणसे बसल्याबसल्याच पेंगत होती. जागा सापडेल तिथे माणसे आडवी झाली होती. अंगे दुमडून, शरीराच्या घड्या करून, वेडीवाकडी माणसे, मुले, बाया झोपल्या होत्या. कुठे मुंगी शिरायला जागा नाही इतकी गर्दी डब्यांत झालेली होती. काही दिवे मालवलेले होते. आगगाडी मुंबईला चालली होती.

सामानाच्या ढिगाऱ्यावर शिवाजी अंग दुमडून बसला होता. त्याची एक झोप झाली होती. आपले सामानसुमान संभाळत तो बसून राहिला होता आणि एकटक उघड्या डोळ्यांनी डबाभर पाहत होता.

किती नाना जातींची, नाना तोंडावळ्यांची माणसे होती. एवढ्याशा डब्यात कशी चेंगरून बसली होती. माना लडबडत होत्या. पाय दुसऱ्याच्या अंगावर पडले होते. अवघडल्या स्थितीत झोपलेली ती माणसे पाहून शिवाजीला हसू आले. अगदी दाराच्या कडेला एक लठ्ठ शीख माणूस बसल्याबसल्या झोप घेत होता. त्याच्यासमोर

एक पिचक्या डोळ्यांचा माणूस होता. तो जागाच होता. चोरटेपणाने इकडे-तिकडे बघत होता. त्याला बघताच शिवाजीला वाटले की, याच्या मनात काहीतरी काळेबेरे आहे.

शिवाजी लक्षपूर्वक बघत होता.

बसल्या जागेहून तो माणूस झोपेत सरकल्यासारखा पुढे सरकला आणि शिखाच्या पायाशी अंग दुमडून झोपला. जराशाने उठून बसला. इकडे-तिकडे पाहू लागला. एक शिवाजी सोडला तर कोणी जागे नव्हते. सामानाच्या ढिगाऱ्यावरून डोळे किलकिले करून पाहणाऱ्या शिवाजीकडे त्या पिचक्या माणसाचे लक्ष नव्हते. गाढ झोपलेल्या शिखाच्या अंगरख्याचा खिसा लोंबकळत होता. त्याकडे त्या माणसाचे लक्ष होते.

शिवाजीच्या ते लक्षात आले. त्याची छाती धडधडू लागली. हा माणूस शिखाच्या खिशात हळूच बोटे घालतो आहे, हे त्याला दिसले आणि मोठ्या शिताफीने त्या माणसाने शिखाच्या खिशातले मोठे पैशाचे पाकीट काढून घेतले, दडवले आणि चटकन तो दुसरीकडे जाऊ लागला.

एकाएकी शिवाजी मोठ्याने ओरडला, ''चोर! चोर!''

आणि ढिगावरून उडी टाकून, माणसांना तुडवीत येऊन त्याने त्या पिचक्याला धरले. ''धरा याला, हा चोर आहे. याने पाकीट चोरले आहे.''

चार माणसे जागी झाली. तेवढ्यात त्या चोराने शिवाजीशी हिसकाहिसकी केली होती. दोन-चार गुद्दे शिवाजीला हाणले होते; पण शिवाजीने त्याचा पकडून ठेवलेला सदरा सोडला नाही.

तो सारखा ओरडत होता, ''अहो शीख, तुमचं पाकीट चोरलं ना यानं. धरा याला.''

तो शीख जागा झाला आणि त्याने पिचक्याला धरले. त्याच्या दोन कानफाटात ठेवून दिल्या.

''काढ पाकीट!''

''कुणी घेतलंय?''

पुन्हा दोन कानफाटात देताच माणसाने पाकीट काढून दिले.

डब्यात गोंधळ माजला. 'पोलिसाच्या ताब्यात द्या त्याला' असा ओरडा सुरू झाला. कुठले तरी स्टेशन आले. हिसकाहिसकी करून तो माणूस दारापाशी गेला आणि बघता-बघता त्याने बाहेर उडी घेतली. खिडक्यांतून लोक बघताहेत तोवर तो अंधारात पसारही झाला. गाडी पुन्हा सुरू होईपर्यंत सगळा डबा जागा झाला होता. आपापले सामानसुमान, पेट्या, वळकट्या, पाकिटे, घड्याळे आहेत का, हे सर्वांनी पाहिले होते. 'कोणी धरला?' याची चौकशी करून सर्वांनी शिवाजीची प्रशंसा केली. तासाभरात लोक पुन्हा डुलक्या घेऊ लागले. त्या शीख माणसाने शिवाजीला

आपल्यापाशी बसवून घेतले. त्याची चौकशी केली. एकट्यानेच प्रवास करणाऱ्या मुलाच्या धीटपणाचे कौतुक केले. शाबासकी दिली. 'तुझ्यामुळे आज माझे पैसे वाचले,' असे सांगितले.

"मुंबईला कुठे जाणार तू बाळ?"

"मी कलकत्त्याला जाणार आहे."

"कुणाकडे?"

"तिथून पुढे तेजपूरला जाणार!"

"कोण आहे तिथे?"

शिवाजीला पंचाईत पडली तरी त्याने ठोकून उत्तर दिले, "माझे काका आहेत."

"मग एवढ्या लांबचा प्रवास तू एकटाच करणार?"

"हं, मिळेल कुणीतरी सोबतीला. आगगाडीनं तर जायचं."

शिखाला ते काही खरं वाटेना. पण या हुशार मुलावर तो फार खूश झाला होता.

"मुंबईला माझ्याकडे येतोस का? एखादा दिवस राहा आणि मग जा."

"तुम्ही काय करता मुंबईला?"

"मी ट्रक चालवितो. मालवाहतुकीची एक मोठी कंपनी आहे, तिथं मला नोकरी आहे."

"ट्रक घेऊन कुठे जाता?"

"सगळीकडे जातो. कलकत्त्यालासुद्धा जावं लागतं."

"मला न्याल तुमच्याबरोबर?"

"हो! ट्रकमधून येणार असशील तर चल!"

"येईन की."

करतालसिंगाने खरेच शिवाजीला फार जपले. त्याच्या जेवणाखाण्याची, झोपेची फार काळजी घेतली. मालाने गच्च भरलेल्या ट्रकमधून प्रवास करताना शिवाजीने किती वेगळा मुलुख पाहिला, किती माणसे पाहिली, कोणत्या-कोणत्या भाषा ऐकल्या! हे सगळेच जग त्याला नवीन होते. विलक्षण होते.

त्याच्या जोडीला बोधा होता. हा शीख पोरगा मोठा गमत्या होता. तो ट्रकचा क्लीनर होता. करतालने आणि बोधाने काचेचे भांडे जपून न्यावे; तसे शिवाजीला कलकत्त्याला नेले. दिवसरात्री प्रवास चालूच होता. विशेषतः रात्रीचा जास्त. ड्रायव्हरजवळच्या सीटवर शिवाजी झोपून जाई. रस्त्याच्या कडेच्या हॉटेलातून खाणे-पिणे होई. कधी पराठा खिमा, कधी पाव-रोटी आणि चहा, कधी केळी असे खाणे होई. शिवाजीला सगळी चंगळच वाटे.

कलकत्त्याला गाडी पोहोचली. आता पुढे कसे जायचे? पण करतालने तोही

प्रश्न सोडविला. कंपनीतल्या ओळखीच्या दुसऱ्या शीख ड्रायव्हरला तेजपूरला जायचे होते. करतालने शिवाजीला त्याच्या पदरात टाकले. मिठी मारून गालाचे मुके घेऊन करतालने शिवाजीचा निरोप घेतला.

पुन्हा ट्रकचा प्रवास सुरू झाला. शिवाजीच्या अंगावरचे कपडे मळले होते. हातापायांना डाग पडले होते. शरीर शिणले होते. तरीपण इथपर्यंत पोहोचलो यावरच तो खूश होता.

घरी काय-काय गोंधळ झाला असेल, हा विचार मनात येऊन त्याला भीती वाटे. नाना आपल्याला शोधण्यासाठी कुणाला पाठविणार नाहीत ना? इतकी खटपट करून आपण इथपर्यंत पोहोचलो, पण इथूनच कुणी परत येणार नाही ना? अप्पाने शपथ मोडून मी कुठे आहे हे नानांना सांगितले नसेल ना? आई सारखी रडत नसेल ना? असे विचार मनात आले की, तो गप्प-गप्प होई. गंभीर होई. ड्रायव्हरने अगर क्लीनरने काही विचारले तरी नुसते 'हूं' म्हणे किंवा 'नाही' म्हणे.

पण पुन्हा त्याला वाटे की, सगळे नीट होईल. आपण शौर्य गाजवून परत जाऊ. नानांना व आईला आनंद होईल. कर्तव्य पार पाडण्यासाठीच आपण कुणाला न सांगता आलो आहोत. शेवटी सगळे चांगले होईल. आपण धीर सोडायचा नाही. घरची फार काळजी करायची नाही. सैनिकाने कसे कणखर झाले पाहिजे. मरणाला भ्यायचे नाही आणि या लहान गोष्टीची काळजी कशाला?

तेजपूर जवळ-जवळ आले. शहरात कुठे जायचे, आघाडीवर कसे पोहोचायचे असे अनेक प्रश्न शिवाजीच्या मनात आले.

रात्रीचा प्रवास सुरू झाला. पेट्रोल घेण्यासाठी एका अड्ड्यावर ट्रक उभी राहिली. ड्रायव्हर व क्लीनर उतरले. सारखे बसून-बसून शिवाजीला कंटाळा आला होता. पाय मोकळे करावेत म्हणून तोही उतरला आणि रस्त्याच्या दुसऱ्या बाजूला तोंडे करून उभ्या राहिलेल्या आठ-दहा लष्करी ट्रक त्याला दिसल्या. या गाड्या कुठे तळावर जात असतील का? गुपचूप घुसून यातून गेलो तर?

आजूबाजूला कोणी पाहत नाही ना, याची खात्री करून शिवाजी एका ट्रकमध्ये चढला. कसल्यातरी पेट्या भरलेल्या होत्या. आत अंधार होता. वर ताडपत्री होती. देवाचे नाव घेऊन शिवाजी एका पेटीवर बसून राहिला.

विडी ओढत कोणीतरी आले. ड्रायव्हरच का? त्यांच्या विडीचे टोक तेवढे उजळलेले दिसत होते. भरभर येऊन तो पुढे बसला आणि भराभरा ट्रक सुटल्या. धावू लागल्या. कुठे, कोणत्या दिशेने, कोण जाणे!

लष्करीतळावर गाडी आली. त्याअगोदरच ड्रायव्हरला हे पोर आत आहे, याचा

सुगावा लागला होता. गाडी थांबवून त्याने बकोटा धरून शिवाजीला बाहेर काढले. दरडावून विचारले, "कोण तू? इथे कशाला घुसलास?"

पण शिवाजीने काही उत्तर दिले नाही. तो गप्प उभा राहिला.

ड्रायव्हरने मग त्याला नेऊन आपल्या कॅप्टनपुढे उभे केले.

फौजी भाषेत नाना प्रश्न कॅप्टनने विचारले. दरडावून विचारले. धाक घातला, तेव्हा शिवाजी गोरामोरा झाला.

तो म्हणाला, "मला आघाडीवर येऊन चिन्यांशी लढायचे होते. कुणी मला सैन्यात घेईना म्हणून मी असा आलो."

डोक्याला टक्कल पडलेला, ओठावर कल्लेदार मिशा असलेला, धारदार नाकाचा कॅप्टन थक्क झाला. खुर्चीवरून उठून त्याने शिवाजीचा खांदा थोपटला. तंबूत दोन येर-झारा घातल्या. हनुवटी चोळली, खुर्ची ओढून तो शिवाजीपुढे बसला. तो म्हणाला, "हे बघ मला सगळं खरं-खरं सांग. तुझं गाव कोणतं?"

"झुंजारपूर."

"कुठे आहे? कोणत्या जिल्ह्यात?"

"सातारा, महाराष्ट्र राज्यात आहे."

"तिथून कसा आलास तू इथपर्यंत?"

"असाच!"

कॅप्टनने पुन्हा हनुवटी चोळली.

"अरे तुझे आई-वडील किती काळजीत असतील!"

"पण मला लढायचं होतं!"

कॅप्टन कौतुकाने हसला.

"ठीक आहे. हे बघ, लढाईला आम्ही मोठे लोक आहोत. तुम्ही मुलांनी शाळेत शिकायचं, शरीर कमवायचं. मोठ्ठं झाल्यावर सैन्यात यायचं. तू आता जेव आणि झोप. आपण उद्या बघू, काय करायचं ते."

एक सैनिक शिवाजीला घेऊन गेला. कॅप्टनने आपल्या मनाशी ठरविले की, या पोराला परत पाठवून द्यायचा. आईबापांकडे पोहोचता करायचा. बरं झालं, नशीब म्हणून तो इथपर्यंत सुखरूप पोहोचला. नाहीतर त्याचं काय झालं असतं, कोण जाणे!"

विलक्षण थंडी होती. मोठमोठी कांबळी देऊन सैनिकांनी शिवाजीला झोपविले. पण त्याला झोप आली नाही. आता आपल्याला परत पाठवतील, हीच एक चिंता त्याला सारखी भेडसावत होती.

मध्यान्‌रात्री एकाएकी दुरून तोफांचा आवाज ऐकू आला. हुकूम सुटले.

ठाण्यावरचे तीस-एक सैनिक शस्त्रे घेऊन सज्ज झाले. प्रतिहल्ल्यासाठी सिद्ध झाले. त्या गडबडीत शिवाजी तिथून उठला. काय करावे हे त्याला सुचेना. भीतीने छाती धडधडू लागली. पळून दूर गेले पाहिजे असे वाटले आणि कांबळे लपेटून घेऊन वाट दिसेल तिकडे तो धावू लागला. दिशा न कळता तो दोन-तीन तास चालला होता. कधी धावत होता, कधी चालत होता. दमून धापा टाकीत थोडा वेळ बसत होता. इकडे तिकडे बघत होता आणि पुन्हा पळत होता. चांदणे नव्हते तरी चांदण्यांनी खचलेल्या आकाशामुळे खालची जमीन दिसत होती. असा बराच वेळ चालल्यावर, दूर त्याला दिवा लुकलुकताना दिसला. शिवाजी इतका दमूनभागून गेला होता की, त्याच्या मनात तिथे धोका असेल का, असा विचारसुद्धा आला नाही.

धावत, ठेचाळत तो दिव्यापाशी पोहोचला. तिथे लहानसा तात्पुरता तंबू होता. खेचरे बाहेर बांधलेली होती आणि आत जाड पांघरुणात गुरफटून माणसं झोपली होती. तंबूत शिरून शिवाजी धापा टाकीत बसून राहिला. त्याला सुरक्षित, ऊबदार वाटलं. ही माणसं कोण आहेत, याचा काही विचार न करता त्यानं हलक्या आवाजात चार हाका मारल्या, पण कोणी जागे झाले नाही.

पांघरूण घेऊन शिवाजीही पडून राहिला. झालेल्या त्रासाने त्याला गाढ झोप लागली.

पहाटे-पहाटे तो जागा झाला तर तंबू नव्हता, खेचरे नव्हती. अंगावर खाली अंथरापांघरायला तेवढे होते. उठून बसून शिवाजीने इकडे-तिकडे बघितले तर थोड्याच अंतरावर शेकोटीवर शेकत जाड कपडे घातलेला बारक्या डोळ्यांचा, गोरागोमटा असा एक माणूस बसला होता. शिवाजी जागा झालेला पाहताच तो गालातल्या गालात हसला. उठून पळत आला आणि आपली पांघरुणे घेऊन चालू लागला. शिवाजी जागा होण्याचीच तो वाट बघत असावा.

'अहो, अहो' म्हणून शिवाजीने हाका मारल्या आणि मग तो त्याच्या मागोमागच गेला. हा रानटी टोळीतला माणूस मोनपा जातीचा होता. त्याला बोलता येत नव्हते. खाणाखुणा करून त्याने शिवाजीला काही सांगितले, पण त्यातले काही त्याला कळले नाही.

लवकरच याच वाटेने चाललेली तीन खेचरे दिसली. एकावर सामानसुमान लादलेले होते. दुसऱ्यावर बारक्या डोळ्यांची दोन पोरे बसलेली होती. तिसऱ्यावर एक बाई होती. मुक्याने जाऊन खेचरे गाठली. शिवाजीही धावला. खेचराबरोबरीने चालू लागला.

वरच्या पोरांनी शिवाजीकडे बघून डोळे मिचकावले. किडके दात दाखवून ती छान हसली. शिवाजीही हसला. पोरे आपल्या भाषेत काही बोलली. शिवाजीला

काही कळले नाही. तो आपला मान डोलवीत हसत राहिला. मोठा मुलगा होता, तो शिवाजीच्या वयाचाच होता. त्याने दोन्ही हातांची बोटे तोंडात घालून छोटी शीळ घालून दाखविली. शिवाजीने आपल्यालाही शीळ घालता येते आहे, हे दाखवून दिले. मग अगदी खदखदून हसणे सुरू झाले. पोरे हसली की शिवाजीही हसे. हसणे उगीचच वाढत लांबत होते. मग पुढच्या खेचरावरची बाईही मागे वळून-वळून बघत हसू लागली. मुकाही हसू लागला. खेचरांना बापड्यांना हसताच येत नव्हते.

मग मुक्याने खेचर चालत असतानाच लहान मुलाला उचलून आईच्या पाठीमागे बसविले आणि शिवाजीला आपल्या दोस्तापाशी बसविले व मजेत वाटचाल सुरू झाली.

■

६

सातारा स्टेशनवर मुले उतरली होती. स्टेशनबाहेर त्यांची रांग लावून चष्मेवाल्या हणमंते मास्तरांनी गणती केली, तेव्हा एक पोर कमी भरले. कोण चुकले, कुठे गेले म्हणून धावाधाव झाली. शिक्षकांनी सारा प्लॅटफॉर्म शोधला, पण शिवाजी मोहितेचा पत्ता लागला नाही. ट्रीपबरोबर आलेल्या तिन्ही शिक्षकांचे चेहरे उतरून गेले. मुलांची रांग स्टेशनबाहेर तिष्ठत राहिली. शिवाजी कुठे गेला, कोणी उतरताना पाहिला याची चौकशी सुरू झाली. मुलांनी सांगितले की, आम्ही त्याला उतरताना पाहिले होते. गाडीतून खाली उतरला, मग गेला कुठे?

तास-दोन तास तपासात गेले. शेवटी कल्पना आली की, कदाचित गाडीतून पुढे गेला असेल. हणमंत मास्तर फार रागावले, ओरडून चिडून म्हणाले, "हे मोहित्यांचं कार्ट मला माहीत आहे. महाउपद्रवी पोर! त्याला कशाला आणलं बरोबर कुणाला ठाऊक! आता काय करायचं?"

शेवटी स्टेशनमास्तरना वर्दी दिली. शिक्षक घाबरून बोलले, पण स्टेशनमास्तर थंड होते. ते म्हणाले, "तुम्ही वर्दी लिहून द्या. वर्णन लिहा. मी पुणे स्टेशनवर चौकशी करतो."

"आम्हाला कधी कळेल?"

“चौकशी करा संध्याकाळी.”
“पण मग एकजणानं इथंच थांबलं पाहिजे.”
“थांबा की.”
साऱ्या ट्रीपवर पाणी पडले.

ट्रीप परत झुंजारपूरला आली. आता कुणीतरी जाऊन झाली गोष्ट तुळोजीरावांना सांगायला हवी होती. कुणी तयार होईना. शेवटी हेडमास्तर स्वत: धीर करून गेले. तुळोजीरावांच्या पुढे हात जोडून उभे राहून म्हणाले, “सर्व दोष शिक्षकांचा आहे. पण झाल्या गोष्टीला इलाज नाही. आपण शोध लावू या.”

तुळोजीरावांनी खूप आरडाओरड केली. मंजुळाबाई घाबरून गेल्या. अप्पा अपराधी चेहऱ्याने ही हकीगत सर्वांना सांगू लागला. मंजुळाबाईंना म्हणाला, “खुशाल असतील, येतील माघारी. तुम्ही रडू नका.”

भाडेखर्च देऊन तुळोजीरावांनी चार माणसं मुंबईला, पुण्याला, सातारला पाठविली. आपल्या झाडून साऱ्या नातेवाइकांना पत्रे पाठविली. त्यांना वाटले की, चुकून कुठे गेला असेल, तर माहीत असलेल्या नातेवाइकांकडेच जाईल. उत्तराची वाट पाहण्यात पाच-सहा दिवस गेले. उत्तरे आली, पण कोणी पाहिले नव्हते शिवाजीला. तो कुणाकडे आला नव्हता.

मुंबई-पुण्याला गेलेली माणसे परत आली. वर्तमानपत्रात जाहिराती दिल्या. नाना प्रयत्न झाले.

मंजुळाबाई झुरू लागल्या. रोज पसा-पसा पाणी डोळ्यांतून गाळू लागल्या. तुळोजीराव पार खचून गेले. कुणाशी बोलेनासे झाले. सारखे विचार करू लागले.

अप्पाने एकवार मंजुळाबाईंना विचारले, “गळ्याची शप्पथ मोडली तर काय होतं हो?”

“शपथ मोडू नये अप्पा. त्या माणसाला धोका होतो.”

“असं नाही?”

“हो, कुणाच्या गळ्याची शपथ घेतलीस तू?”

“मी नाही. आपलं सहज विचारलं तुम्हाला.”

अप्पाला सगळं माहीत होतं, पण त्याला पुढची चिंता वाटू लागली. ‘चिन्यांचा सूड घेऊन शिवाजी माघारी आला तर बरं, नाहीतर हे घर बुडलं. मोहित्यांचा वंश खंड झाला. बाजीराव गेले, शिवाजी नाहीसा झाला. अशानं हा म्हातारा हाय घेऊन मरेल. ही मंजुळाबाई चार-दोन वर्षंसुद्धा जगणार नाही. काय करावं?’

काय करावं हे न कळून अप्पा देवाला नवस करीत राहिला.

तुळोजीरावांना आशा होती. ते अजून प्रयत्न करीत होते. मंजुळाबाईंना वाटत

होते की, आता आपण मरून जावे.

मोहित्यांच्या घरात अशी विचित्रकथा झाली, म्हणून सगळा गाव हळहळू लागला. मंजुळाबाईंची, तुळोजीरावांची लोक समजूत घालू लागले.

तुळोजीरावांना म्हणू लागले, ''तुम्हीच असा धीर सोडल्यावर त्या पोरीनं काय करावं?''

सगळं ऐकून घेऊन तुळोजीराव कळवळून एखाद्याला उत्तर देत, ''मी भित्रा नाही हो, धीर सोडणारा नाही. पण मी आता म्हातारा झालोय. कसं झेपणार मला आता हे?''

बायका आपसात म्हणू लागल्या की, ''कोणत्या तोंडानं त्या पोरीला समजवावं. नवरा गेला तो घाव तिनं झेलला. कशीबशी उभी होती; तेवढ्यात पोरगं गेलं. आता तिला सांगायचं तरी काय? समजवायचं तरी काय?''

७

पायवाटेने प्रवास करीत-करीत चाललेल्या त्या मोनपा कुटुंबाची आणि चिनी सैनिकांची अचानक गाठभेट झाली. बंदुकी रोखून त्यांनी मोनपांची खेचरे हिसकावून घेतली. मुका मोठमोठ्याने चमत्कारिक आवाजात ओरडला आणि खेचरे सोडवून घेऊ लागला. पण सैनिकांनी त्याला दस्त्याने ठेचला. मोनपा कुटुंबाची सारी मालमत्ता लुटून घेतली आणि धक्के मारून सर्वांना आपल्याबरोबर चालवले – शिवाजीला, त्या पोरांना, बाईला आणि मुक्याला.

डोंगरातून रस्ता करण्याचे काम एका ठिकाणी सुरू होते. चिनी सैनिक रस्ता करीत होते. त्यावर नेऊन या लोकांना कामाला जुंपण्यात आले. दिवसभर रस्त्याचे काम करून घ्यावे, वाडगाभर भात खायला द्यावा, रात्री सर्वांना एका तंबूत मेंढरासारखे कोंडावे, सकाळी पुन्हा कामाला जुंपावे असा प्रकार सुरू झाला.

शिवाजीला चीड आली. या चिन्यांना खाऊ की गिळू असे झाले. आपल्या बापाला मारणारे, हजारो हिंदी सैनिकांना मारणारे हेच ते लोक. यांनीच आमची भूमी बळजबरीने लाटण्याचा घाट घातला आहे. हे असे खोटारडे, स्वत: आक्रमण करून आमच्यावर आक्रमण केले असे म्हणणारे. यांचा सूड उगविण्यासाठी आपण आलो आणि त्यांच्याच कैदेत पडलो. एखाद्या गड्याप्रमाणे आपल्याला रस्त्यावर कामाला

जुंपले यांनी. छे, मी त्यांचे काम करणार नाही, त्यांचा कैदी राहणार नाही. वाटेल ते करीन, पण हा अपमान सहन करणार नाही.

रस्त्यावर काम करता-करता मुक्याच्या ध्यानात आले की, जंगलातल्या एका तात्पुरत्या लहान तंबूत हिंदी लष्कराचा कोणी सैनिक विव्हळत पडला आहे. त्याचा एक पाय बँडेजमध्ये आहे. त्यामुळे त्याला वेदना होत आहेत. वारंवार चिनी अधिकारी त्याला काहीतरी विचारीत आहेत. तो अधिकारी चिडून उत्तरे देत आहे. बाजूला तोंड करून थुंकतो आहे.

तंबूच्या मागच्या दिशेला खोल दरी होती. पलीकडे दूर हिंदी सैनिकांची ठाणी होती, गस्त होती.

मुक्याने मनोमनी ठरविले की, या अधिकाऱ्याला पळून जाण्याची संधी द्यायची. कशी काय हे त्याने विचार करून करून ठरविले. एके दिवशी दुपारी दरीच्या बाजूने आरडाओरडा करीत तो तंबूकडे आला. खाणाखुणा करून सांगू लागला की, तिकडे चला, बघा कोणीतरी येत आहे. चिनी सैनिकांना काही कळेना. तंबूबाहेर पहारा देत उभे होते, ते बंदुका सावरून मुक्यामागोमाग धावले. दरीच्या तोंडाशी जाऊन खाली वाकून मुका काही दाखवू लागला. दोन्हीही पहारेकरी पाहू लागले.

आणि एकाएकी मागे सरून दणकट अंगाच्या त्या मुक्याने हातातील काठीने दोन्ही सैनिकांच्या पायांवर मागील बाजूने असा काही दणका हाणला की, ते कोलमडून पडले, घसरले आणि खाली दरीत कोसळले.

त्यासरशी मुका धावत आला आणि खाणाखुणा करून त्याने जखमी अधिकाऱ्याला सांगितले की, तुम्ही पळून जा, कोणी नाही पहाऱ्यावर.

अधिकारी ताडकन उभा राहिला. तंबूबाहेर पडला. जखमी पाय ओढीत पळतापळता मागे वळून त्याने मुक्याला नमस्कार केला. त्याचे आभार मानले आणि घाईने तो झाडाझुडपांत शिरला. मुक्याला फार आनंद झाला, फार अभिमान वाटला. आपल्या बळाचे सर्व सार्थक झाले असे त्याला वाटले. जणू काही घडलेच नाही अशा चेहऱ्याने मुका कामाला लागला.

शिवाजीने आणि त्याच्या मोनपा दोस्ताने रस्त्याचे काम करता-करता टेहळणी ठेवून पाहिले होते की, कामापासून पाव एक मैलावर टेकडीच्या चढणीवर अगदी मोक्याच्या ठिकाणी एक लहानशी तोफ आहे. दोन चिनी सैनिक आहेत. आळीपाळीने ते सारखे दुर्बिणीतून खालच्या प्रदेशाची पाहणी करतात.

दोघांनीही ठरवून टाकले की, हे दोन्ही सैनिक उडवून द्यायचे. मुक्याच्या मदतीने त्यांनी तीन हातबाँब मिळविले होते. ते कसे फेकायचे याची माहिती करून घेतली होती.

दोघेही लपत-छपत जात होते. रांगत, सरपटत त्या ठाण्याच्या दिशेने त्यांचा प्रवास चालला होता. शिवाजीला आश्चर्य वाटले की, आपल्याला भीती कशी वाटत नाही. त्याच्या साऱ्या अंगावर त्याला एक प्रकारचा कंप जाणवत होता. पण भीती अशी मुळीच वाटत नव्हती. नाना म्हणत असत ते खरेच. रणांगणावर भीती वाटत नाही.

श्रमाने धाप लागली म्हणजे दोघेही गवतात पालथे पडून राहत होते. जोराने होणारा श्वास खाली बसला म्हणजे पुन्हा सरपटत होते, रांगत होते. डोके थोडे वर काढून बघत होते. झुडपाआडून सावकाशपणे चालत होते.

बराच वेळ असा प्रवास करून ते पाठीमागच्या अंगाने ठाण्याच्या अगदी जवळ आले. पाठीला पाठ लावून बसलेले दोघेही चिनी सैनिक त्यांना दिसले. शिवाजीने आपल्या मित्राला 'थांब' अशी खूण केली आणि हातबाँबची क्लिप काढली. फ्यूज बाहेर पडताच बाँब टाकला. खूप मोठा आवाज झाला. मागे धुराळा उडाला. किंकाळी ऐकू आली. दोघेही जमीन धरून पडून होते. सावकाश मिनिट, दोन मिनिटे गेली. डोकी उंचावून दोघांनी पाहिले.

ठाणे उद्ध्वस्त झाले होते. दोघेही चिनी सैनिक अस्ताव्यस्त पडले होते. शिवाजीने आपल्या दोस्ताचा हात आनंदाने दाबला आणि तो हळूच म्हणाला, ''फत्ते! मेले दोघेही, चला माघारी.''

आणि दोन ससे उतरणीला लागावेत तसे दोघेही धावू लागले. पण मधेच अचानक 'खडे रहो' असा दरडावून आवाज आला. विलक्षण भेदरून दोन्हीही पोरे उभी राहिली. एका हिंदी सैनिकाच्या तुकडीने त्यांना घेरले होते. शत्रूच्या प्रदेशात शिरलेले, आपल्यासारख्या चेहऱ्याचे ते सैनिक बघताच शिवाजी दोन्ही हात वर करून म्हणाला, ''भारतमाता की जय!''

हे ऐकून सैनिकांना आश्चर्य वाटले. पुढे होऊन दोघांनी त्या दोघा पोरांना पकडले.

''कोण तुम्ही?''

''माझे नाव शिवाजी. हा मुलगा माझा मित्र आहे. तो मोनपा आहे. मी मराठा आहे.''

सैनिकांनी पकडून आणलेला शिवाजी हिंदी अधिकाऱ्यासमोर उभा राहून जोरजोराने सांगत होता, ''हो, हो, मी आणि माझ्या मित्राने हातबाँब टाकून दोन चिनी मारले. तोफा रोखून ते तिथे बसले होते. आम्ही नीट पाहिले.''

हिंदी अधिकाऱ्याने शाबासकी दिली. शिवाजीची भाषा त्याला नीट कळत नव्हती, पण त्याचे मनोगत कळले. त्याच्या डोक्यात काही विचार आला. त्याने छावणीत असलेल्या एकुलत्या एक मराठा सैनिकाला घेऊन येण्याविषयी सांगितले.

अधिकारी प्रश्न विचारीत होता. शिवाजी उत्तरे देत होता. इतक्यात दोन्ही

सैनिकांच्या खांद्यावर हात ठेवून सावकाश चालत बाजीराव तिथे आला.

अधिकारी इंग्रजीत म्हणाला, ''हा तुझा भारतातला बहादुर पोरगा बघ. त्याची हकीगत विचारून घे. अरे, या दोन कोवळ्या पोरांनी विलक्षण पराक्रम केलाय आज.''

शिवाजीने वळून पाहिले. दाढी वाढलेल्या, युद्धकैद्यांच्या छावणीत हाल सोसलेल्या, अनेक मैल चालत प्रवास केलेल्या बाजीरावाला शिवाजीने चटकन ओळखले नाही. पण बाजीरावाने आपल्या पोराला लगेच ओळखले. त्याचे डोळे उजाळले. त्याने आवेगाने पुढे होऊन शिवाजीला मिठी मारली. त्याचे मुके घेतले.

''शिवाजी... शिवाजी, बेटा, तू, तू इथे कुठे?''

शिवाजी चकित होऊन बघतच राहिला आणि मग बापाचा आवाज कानी पडताच त्याला ओळख पटली.

''बाबाऽ'' अशी मोठ्याने हाक मारून तो बापाच्या गळ्यात पडला. त्याला रडू आवरेना.

''बाबा, तुम्ही जिवंत आहात? तुम्हाला मारलं नाही शत्रूनं?''

''नाही, नाही रे. अरे वेड्या, मी बघ ना तुझ्याशी बोलतोय. जिवंत आहे. कुणी सांगितलं तुला? गप. गप.''

अधिकारी आणि बाकीचे सैनिक गोंधळून पाहत होते.

बाजीराव अधिकाऱ्याला म्हणाला, ''सर हा माझा मुलगा आहे. मी त्याला समजावतो आणि आपल्याला सांगतो मागून.''

शिवाजीला घेऊन बाजीराव बाहेर पडला.

रात्री बराच वेळ बाप-लेक बोलत बसले. शिवाजीने घरी घडलेली सर्व हकीगत सांगितली. बाजीरावाने ती उदास चेहऱ्याने ऐकून घेतली.

''शिवा, कसलं धाडस केलंस हे? सांगितलं तर कुणाचा विश्वास नाही बसायचा. नशीबच थोर म्हणून मला दिसलास!''

मग बाजीरावानेही सगळे सांगितले. बेहोश असतानाच आपण चिन्यांच्या हाती कसे पडलो आणि तिथून कसे पळालो, शोध काढीत-काढीत सैनिकांना येऊन कसा मिळालो हे सगळे सांगितले. शिवाजीने रडवेल्या चेहऱ्याने, कधी मोठ्या डोळ्यांनी, कधी आनंदाने हसत बापाच्या पराक्रमाची, शौर्याची, धैर्याची हकीगत ऐकली.

शेवटी तो म्हणाला, ''बाबा, आता आपण दोघेही घरी जाऊ या. मला नानांची आणि आईची फार आठवण येते.''

''जाऊ या.'' असे म्हणून बाजीरावाने शिवाजीला पोटाशी धरले.

■

८

२६ जानेवारीला झुंजारपूरला मोठा थाटाचा समारंभ झाला. झेंडावंदनाच्या वेळी मोहित्यांच्या तीन पिढ्या ताठ छातीने उभ्या होत्या.

तुळोजीराव, बाजीराव आणि शिवाजीराव.

या तिघांचा लष्करी प्रणाम घेताना तिरंगी झेंडा अभिमानाने फडकत होता.

■